શાશ્વત ભારતીય આધ્યાત્મિક પરંપરાના રહસ્યો: અજાણ્યા ભારતનો ગુપ્ત ઇતિહાસ જે તમે જાણતા નથી

ડૉ. રામચંદ્ર નાથ શર્મા

Made with ♥ on the Notion Press Platform
www.notionpress.com

મારા પુસ્તકના તમામ વાચકોને

સામગ્રી

પ્રસ્તાવના vii

સ્વીકૃતિઓ ix

1. ભારતના રહસ્યમય અને ચમત્કારિક મંદિરો 1
2. કોણાર્કનું રહસ્યમય સૂર્ય મંદિર 17
3. રહસ્યમય કૈલાશ પર્વત ભગવાન શિવનું નિવાસસ્થાન 21
4. સાંગ્રીલાના રહસ્યની શોધમાં 32
5. શ્રીકુમારીસહસ્રનામસ્તોત્રમ્ 40

પ્રસ્તાવના

આ દુનિયામાં ઘણા રહસ્યો છુપાયેલા છે. તેમાંથી કેટલાક રહસ્યો આપણે જાણી લીધા છે, પરંતુ બર્મુડા-ટ્રાયેન્ગલ જેવા કેટલાક રહસ્યો હજુ પણ આપણા માટે વણઉકલ્યા છે. જ્યાં કોઈ ગયું હોય તે આજ સુધી પાછું આવી શક્યું નથી. આ રહસ્યને ઉકેલવા માટે દુનિયાભરના લોકોએ આ રહસ્યને જાણવાની કોશિશ કરી, છતાં આ રહસ્ય આજ સુધી વણઉકલ્યું છે. દુનિયાભરમાં એવી ઘણી જગ્યાઓ છે, જે રહસ્યોથી ભરેલી છે. આ દુનિયામાં કેટલીક એવી જગ્યાઓ છે જેના વિશે આપણે કશું જાણતા નથી.

પ્રસિદ્ધ ઈતિહાસકાર એએલ બશામ ભારતને અજાયબી ગણાવે છે. આ ખૂબ જ સાચું છે. ભારત આધ્યાત્મિકતાની સાથે સાથે રહસ્યોની ભૂમિ છે. વિશ્વના કેટલાક મહાન ધર્મો ભારતમાં ઉદ્ભવ્યા છે. હજારો વર્ષોથી ભારતીયો આ રહસ્ય અને પરંપરા સાથે ઉછર્યા છે. આ પશ્ચિમી વિચારસરણી અને ધારણાથી તદ્દન અલગ છે. સનાતન ભારતીય આધ્યાત્મિકતામાં એવી ઘણી બાબતો છે જે આજ સુધી એક રહસ્ય છે. આ પુસ્તક ભારતના છુપાયેલા ઈતિહાસને રજૂ કરવાનો પ્રયાસ કરે છે જે સદીઓના વિદેશી તાબાના કારણે અપ્રચલિત અને વિસરાઈ ગયો છે. ભારતીય ઈતિહાસ અને પરંપરાને જાણવી અને તેનો આદર કરવો અને તેને આવનારી પેઢી સુધી પહોંચાડવો એ દરેક ભારતીયનું પવિત્ર કર્તવ્ય છે જેથી તેઓ આપણા ઈશ્વરે આપેલા દેશને સાચા અર્થમાં જાણી શકે અને તેનો આદર કરી શકે.

સ્વીકૃતિઓ

આ પુસ્તકનો હેતુ ભારતના છુપાયેલા ઈતિહાસને ઉજાગર કરવાનો છે જે ભુલાઈ ગયો છે. ભારત રહસ્યોથી ભરેલું છે. આ રહસ્ય ઘણીવાર સામાન્ય ભારતીયના હૃદયને સ્પર્શે છે, જેના પરિણામે આપણે તેને ઘણીવાર ભૂલી જઈએ છીએ. આદરણીય ઈતિહાસકાર બશમ યોગ્ય રીતે ભારતને અજાયબી કહે છે. તેથી જ ઘણા યુરોપિયન અને અમેરિકન બૌદ્ધિકો ભારત, તેની પરંપરા, ઇતિહાસ અને ધર્મ પ્રત્યે આકર્ષાયા છે. આ પુસ્તકમાં વિવિધ ચમત્કારિક મંદિરો, રહસ્યમય સાંગ્રીલા, કૈલાસનું રહસ્ય વગેરેની ચર્ચા કરવામાં આવી છે.

અપરાજિતાસ્તોત્રમ્

શ્રીત્રૈલોક્યવિજયા અપરાજિતાસ્તોત્રમ્ . ૐ નમોઽપરાજિતાયૈ . ૐ અસ્યા વૈષ્ણવ્યાઃ પરાયા અજિતાયા મહાવિદ્યાયાઃ વામદેવ-બૃહસ્પતિ-માર્કણ્ડેયા ઋષયઃ . ગાયત્ર્યુષ્ણિગનુષ્ટુબ્બૃહતી છન્દાંસિ . લક્ષ્મીનૃસિંહો દેવતા . ૐ ક્લીં શ્રીં હ્રીં બીજમ્ . હું શક્તિઃ . સકલકામનાસિદ્ધ્યર્થં અપરાજિતવિદ્યામન્ત્રપાઠે વિનિયોગઃ . ૐ નીલોત્પલદલશ્યામાં ભુજઙ્ગાભરણાન્વિતામ્ . શુદ્ધસ્ફટિકસઙ્કાશાં ચન્દ્રકોટિનિભાનનામ્ .. ૧.. શઙ્ખચક્રધરાં દેવી વૈષ્ણવીમપરાજિતામ્ બાલેન્દુશેખરાં દેવીં વરદાભયદાયિનીમ્ .. ૨.. નમસ્કૃત્ય પપાઠૈનાં માર્કણ્ડેયો મહાતપાઃ .. ૩.. માર્કણ્ડેય ઉવાચ - શૃણુષ્વં મુનયઃ સર્વે સર્વકામાર્થસિદ્ધિદામ્ . અસિદ્ધસાધનીં દેવીં વૈષ્ણવીમપરાજિતામ્ .. ૪.. ૐ નમો નારાયણાય, નમો ભગવતે વાસુદેવાય, નમોઽસ્ત્વનન્તાય સહસ્રશીર્ષાયણે, ક્ષીરોદાર્ણવશાયિને, શેષભોગપર્ય્યઙ્કાય, ગરુડવાહનાય, અમોઘાય અજાય અજિતાય

પીતવાસસે, ૐ વાસુદેવ સઙ્કર્ષણ પ્રદ્યુમ્ન, અનિરુદ્ધ, હયગ્રીવ, મત્સ્ય કૂર્મ્મ, વારાહ નૃસિંહ, અચ્યુત, વામન, ત્રિવિક્રમ, શ્રીધર રામ રામ રામ . વરદ, વરદ, વરદો ભવ, નમોઽસ્તુ તે, નમોઽસ્તુતે, સ્વાહા, ૐ અસુર-દૈત્ય-યક્ષ-રાક્ષસ-ભૂત-પ્રેત-પિશાચ-કૂષ્માણ્ડ- સિદ્ધ-યોગિની-ડાકિની-શાકિની-સ્કન્દગ્રહાન્ ઉપગ્રહાન્નક્ષત્રગ્રહાંશ્ચાન્યા હન હન પચ પચ મથ મથ વિધ્વંસય વિધ્વંસય વિદ્રાવય વિદ્રાવય ચૂર્ણય ચૂર્ણય શઙ્ખેન ચક્રેણ વજ્રેણ શૂલેન ગદયા મુસલેન હલેન ભસ્મીકુરુ કુરુ સ્વાહા . ૐ સહસ્રબાહો સહસ્રપ્રહરણાયુધ, જય જય, વિજય વિજય, અજિત, અમિત, અપરાજિત, અપ્રતિહત, સહસ્રનેત્ર, જ્વલ જ્વલ, પ્રજ્વલ પ્રજ્વલ, વિશ્વરૂપ બહુરૂપ, મધુસૂદન, મહાવરાહ, મહાપુરુષ, વૈકુણ્ઠ, નારાયણ, પદ્મનાભ, ગોવિન્દ, દામોદર, હૃષીકેશ, કેશવ, સર્વાસુરોત્સાદન, સર્વભૂતવશઙ્કર, સર્વદુઃસ્વપ્નપ્રભેદન, સર્વયન્ત્રપ્રભઞ્જન, સર્વનાગવિમર્દન, સર્વદેવમહેશ્વર, સર્વબન્ધવિમોક્ષણ,સર્વાહિતપ્રમર્દન, સર્વજ્વરપ્રણાશન, સર્વગ્રહનિવારણ, સર્વપાપપ્રશમન, જનાર્દન, નમોઽસ્તુતે સ્વાહા . વિષ્ણોરિયમનુપ્રોક્તા સર્વકામફલપ્રદા . સર્વસૌભાગ્યજનની સર્વભીતિવિનાશિની .. ૫.. સર્વૈશ્ચ પઠિતાં સિદ્ધૈર્વિષ્ણોઃ પરમવલ્લભા . નાનયા સદૃશં કિઙ્ચિદ્દુષ્ટાનાં નાશનં પરમ્ .. ૬.. વિદ્યા રહસ્યા કથિતા વૈષ્ણવ્યેષાપરાજિતા . પઠનીયા પ્રશસ્તા વા સાક્ષાત્સત્ત્વગુણાશ્રયા .. ૭.. ૐ શુક્લામ્બરધરં વિષ્ણું શશિવર્ણં ચતુર્ભુજમ્ . પ્રસન્નવદનં ધ્યાયેત્સર્વવિઘ્નોપશાન્તયે .. ૮.. અથાતઃ સમ્પ્રવક્ષ્યામિ હ્યભયામપરાજિતામ્ . યા શક્તિર્મામકી વત્સ રજોગુણમયી મતા .. ૯.. સર્વસત્ત્વમયી સાક્ષાત્સર્વમન્ત્રમયી ચ યા . યા સ્મૃતા પૂજિતા જપ્તા ન્યસ્તા કર્મણિ યોજિતા . સર્વકામદુઘા વત્સ શૃણુષ્વૈતાં બ્રવીમિ તે .. ૧૦.. ય ઇમામપરાજિતાં પરમવૈષ્ણવીમપ્રતિહતાં પઠતિ સિદ્ધાં સ્મરતિ સિદ્ધાં મહાવિદ્યાં જપતિ પઠતિ શૃણોતિ સ્મરતિ ધારયતિ કીર્તયતિ વા ન તસ્યાગ્નિવાયુવજ્રોપલાશનિવર્ષભયં, ન સમુદ્રભયં, ન ગ્રહભયં, ન ચૌરભયં, ન શત્રુભયં, ન શાપભયં વા ભવેત્ . ક્વચિદ્રાત્ર્યન્ધકારસ્ત્રીરાજકુલવિદ્વેષિ-વિષગરગરદવશીકરણ-
વિદ્વેષોચ્ચાટનવધબન્ધનભયં વા ન ભવેત્ . એતૈર્મન્ત્રૈરુદાહૃતૈઃ સિદ્ધૈઃ સંસિદ્ધપૂજિતૈઃ . ૐ નમોઽસ્તુતે . અભયે, અનઘે, અજિતે, અમિતે, અમૃતે, અપરે, અપરાજિતે, પઠતિ, સિદ્ધે જયતિ સિદ્ધે, સ્મરતિ સિદ્ધે, એકોનાશીતિતમે, એકાકિનિ, નિશ્ચેતસિ, સુદ્રુમે, સુગન્ધે, એકાન્નશે, ઉમે ધ્રુવે, અરુન્ધતિ, ગાયત્રિ, સાવિત્રિ, જાતવેદસિ, માનસ્તોકે, સરસ્વતિ, ધરણિ, ધારણિ, સૌદામનિ, અદિતિ, દિતિ, વિનતે, ગૌરિ, ગાન્ધારિ, માતઙ્ગી કૃષ્ણે, યશોદે, સત્યવાદિનિ, બ્રહ્મવાદિનિ, કાલિ, કપાલિનિ, કરાલનેત્રે, ભદ્રે, નિદ્રે, સત્યોપયાચનકરિ, સ્થલગતં જલગતં અન્તરિક્ષગતં વા માં રક્ષ સર્વોપદ્રવેભ્યઃ સ્વાહા . યસ્યાઃ પ્રણશ્યતે પુષ્પં ગર્ભો વા પતતે યદિ . મ્રિયતે બાલકો યસ્યાઃ કાકવન્ધ્યા ચ યા ભવેત્ .. ૧૧.. ધારયેદ્યા ઇમાં વિદ્યામેતૈર્દોષૈર્ન લિપ્યતે . ગર્ભિણી જીવવત્સા સ્યાત્પુત્રિણી સ્યાન્ન સંશયઃ .. ૧૨.. ભૂર્જપત્રે ત્વિમાં વિદ્યાં લિખિત્વા ગન્ધચન્દનૈઃ . એતૈર્દોષૈર્ન લિપ્યેત સુભગા પુત્રિણી ભવેત્ .. ૧૩.. રણે રાજકુલે દ્યૂતે નિત્યં તસ્ય જયો ભવેત્ . શસ્ત્રં વારયતે હ્યેષા સમરે કાણ્ડદારુણે .. ૧૪.. ગુલ્મશૂલાક્ષિરોગાણાં ક્ષિપ્રં નાશ્યતિ ચ વ્યથામ્ .. શિરોરોગજ્વરાણાં ન નાશિની

સર્વદેહિનામ્ .. ૧૫.. ઇત્યેષા કથિતા વિદ્યા અભયાખ્યાઽપરાજિતા . એતસ્યાઃ સ્મૃતિમાત્રેણ ભયં ક્વાપિ ન જાયતે .. ૧૬.. નોપસર્ગા ન રોગાશ્ચ ન યોધા નાપિ તસ્કરાઃ . ન રાજાનો ન સર્પાશ્ચ ન દ્વેષ્ટારો ન શત્રવઃ ..૧૭.. યક્ષરાક્ષસવેતાલા ન શાકિન્યો ન ચ ગ્રહાઃ . અગ્નેર્ભયં ન વાતાચ્ચ ન સ્મુદ્રાન્ન વૈ વિષાત્ .. ૧૮.. કાર્મણં વા શત્રુકૃતં વશીકરણમેવ ચ . ઉચ્ચાટનં સ્તમ્ભનં ચ વિદ્વેષણમથાપિ વા .. ૧૯.. ન કિઞ્ચિત્પ્રભવેત્તત્ર યત્રૈષા વર્તતેઽભયા . પઠેદ્ વા યદિ વા ચિત્રે પુસ્તકે વા મુખેઽથવા .. ૨૦.. હૃદિ વા દ્વારદેશે વા વર્તતે હ્યભયઃ પુમાન્ . હૃદયે વિન્યસેદેતાં ધ્યાયેદ્દેવીં ચતુર્ભુજામ્ .. ૨૧.. રક્તમાલ્યામ્બરધરાં પદ્મરાગસમપ્રભામ્ . પાશાઙ્કુશાભયવરૈરલઙ્કૃતસુવિગ્રહામ્ .. ૨૨.. સાધકેભ્યઃ પ્રયચ્છન્તીં મન્ત્રવર્ણામૃતાન્યપિ . નાતઃ પરતરં કિઞ્ચિદ્વશીકરણમનુત્તમમ્ .. ૨૩.. રક્ષણં પાવનં ચાપિ નાત્ર કાર્યા વિચારણા . પ્રાતઃ કુમારિકાઃ પૂજ્યાઃ ખાદ્યૈરાભરણૈરપિ . તદિદં વાચનીયં સ્યાત્તત્પ્રીત્યા પ્રીયતે તુ મામ્ .. ૨૪.. ૐ અથાતઃ સમ્પ્રવક્ષ્યામિ વિદ્યામપિ મહાબલામ્ . સર્વદુષ્ટપ્રશમનીં સર્વશત્રુક્ષયઙ્કરીમ્ .. ૨૫.. દારિદ્ર્યદુઃખશમનીં દૌર્ભાગ્યવ્યાધિનાશિનીમ્ . ભૂતપ્રેતપિશાચાનાં યક્ષગન્ધર્વરક્ષસામ્ .. ૨૬.. ડાકિની શાકિની-સ્કન્દ-કૂષ્માણ્ડાનાં ચ નાશિનીમ્ . મહારૌદ્રિં મહાશક્તિં સદ્યઃ પ્રત્યયકારિણીમ્ .. ૨૭.. ગોપનીયં પ્રયત્નેન સર્વસ્વં પાર્વતીપતેઃ . તામહં તે પ્રવક્ષ્યામિ સાવધાનમનાઃ શૃણુ .. ૨૮.. એકાહ્નિકં દ્વ્યહ્નિકં ચ ચાતુર્થિકાર્દ્ધમાસિકમ્ . દ્વૈમાસિકં ત્રૈમાસિકં તથા ચાતુર્માસિકમ્ .. ૨૯.. પાઞ્ચમાસિકં ષાઙ્માસિકં વાતિક પૈત્તિકજ્વરમ્ . શ્લૈષ્મિકં સાન્નિપાતિકં તથૈવ સતતજ્વરમ્ .. ૩૦.. મૌહૂર્તિકં પૈત્તિકં શીતજ્વરં વિષમજ્વરમ્ . દ્વ્યહિન્કં ત્ર્યહ્નિકં ચૈવ જ્વરમેકાહ્નિકં તથા . ક્ષિપ્રં નાશયેતે નિત્યં સ્મરણાદપરાજિતા .. ૩૧.. ૐ હૃં હન હન, કાલિ શર શર, ગૌરિ ધમ્, ધમ્, વિદ્યે આલે તાલે માલે ગન્ધે બન્ધે પચ પચ વિદ્યે નાશય નાશય પાપં હર હર સંહારય વા દુઃખસ્વપ્નવિનાશિનિ કમલસ્થિતે વિનાયકમાતઃ રજનિ સન્ધ્યે, દુન્દુભિનાદે, માનસવેગે, શઙ્ખિનિ, ચક્રિણિ ગદિનિ વજ્રિણિ શૂલિનિ અપમૃત્યુવિનાશિનિ વિશ્વેશ્વરિ દ્રવિડિ દ્રાવિડિ દ્રવિણિ દ્રાવિણિ કેશવદયિતે પશુપતિસહિતે દુન્દુભિદમનિ દુર્મ્મદદમનિ . શબરિ કિરાતિ માતઙ્ગિ ૐ દ્રં દ્રં જ્રં જ્રં ક્રં ક્રં તુરુ તુરુ ૐ દ્રં કુરુ કુરુ . યે માં દ્વિષન્તિ પ્રત્યક્ષં પરોક્ષં વા તાન્ સર્વાન્ દમ દમ મર્દય મર્દય તાપય તાપય ગોપય ગોપય પાતય પાતય શોષય શોષય ઉત્સાદય ઉત્સાદય બ્રહ્માણિ વૈષ્ણવિ માહેશ્વરિ કૌમારિ વારાહિ નારસિંહિ ઐન્દ્રિ ચામુણ્ડે મહાલક્ષ્મિ વૈનાયિકિ ઔપેન્દ્રિ આગ્નેયિ ચણ્ડિ નૈરૃતિ વાયવ્યે સૌમ્યે ઐશાનિ ઊર્ધ્વમધોરક્ષ પ્રચણ્ડવિદ્યે ઇન્દ્રોપેન્દ્રભગિનિ . ૐ નમો દેવિ જયે વિજયે શાન્તિ સ્વસ્તિ-તુષ્ટિ પુષ્ટિ-વિવર્દ્ધિનિ . કામાઙ્કુશે કામદુઘે સર્વકામવરપ્રદે . સર્વભૂતેષુ માં પ્રિયં કુરુ કુરુ સ્વાહા . આકર્ષણિ આવેશનિ-, જ્વાલામાલિનિ-, રમણિ રામણિ, ધરણિ ધારિણિ, તપનિ તાપિનિ, મદનિ માદિનિ, શોષણિ સમ્મોહિનિ . નીલપતાકે મહાનીલે મહાગૌરિ મહાશ્રિયે . મહાચાન્દ્રિ મહાસૌરિ મહામાયૂરિ આદિત્યરશ્મિ જાહ્નવિ . યમઘણ્ટે કિણિ કિણિ ચિન્તામણિ . સુગન્ધે સુરભે સુરાસુરોત્પન્ને સર્વકામદુઘે . યદ્યથા મનીષિતં કાર્યં તન્મમ સિદ્ધ્યતુ સ્વાહા . ૐ સ્વાહા . ૐ ભૂઃ સ્વાહા . ૐ ભુવઃ સ્વાહા . ૐ સ્વઃ સ્વહા . ૐ મહઃ સ્વહા . ૐ જનઃ સ્વહા . ૐ તપઃ સ્વાહા . ૐ સત્યં સ્વાહા . ૐ ભૂર્ભુવઃ સ્વઃ સ્વાહા . યત એવાગતં પાપં

તત્રૈવ પ્રતિગચ્છતુ સ્વાહેત્યોમ્ . અમોઘૈષા મહાવિદ્યા વૈષ્ણવી ચાપરાજિતા .. ૩૨.. સ્વયં વિષ્ણુપ્રણીતા ચ સિદ્ધેયં પાઠતઃ સદા . એષા મહાબલા નામ કથિતા તેડપરાજિતા .. ૩૩.. નાનયા સદૃશી રક્ષા. ત્રિષુ લોકેષુ વિદ્યતે . તમોગુણમયી સાક્ષદ્રૌદ્રી શક્તિરિયં મતા .. ૩૪.. કૃતાન્તોડપિ યતો ભીતઃ પાદમૂલે વ્યવસ્થિતઃ . મૂલાધારે ન્યસેદેતાં રાત્રાવેનં ચ સંસ્મરેત્ .. ૩૫.. નીલજીમૂતસઙ્કાશાં તડિત્કપિલકેશિકામ્ . ઉદ્યદાદિત્યસઙ્કાશાં નેત્રત્રયવિરાજિતામ્ .. ૩૬.. શક્તિં ત્રિશૂલં શઙ્ખં ચ પાનપાત્રં ચ વિભ્રતીમ્ . વ્યાઘ્રચર્મપરીધાનાં કિઙ્કિણીજાલમણ્ડિતામ્ .. ૩૭.. ધાવન્તીં ગગનસ્યાન્તઃ પાદુકાહિતપાદકામ્ . દંષ્ટ્રાકરાલવદનાં વ્યાલકુણ્ડલભૂષિતામ્ .. ૩૮.. વ્યાત્તવક્ત્રાં લલજ્જિહ્વાં ભૃકુટીકુટિલાલકામ્ . સ્વભક્તદ્વેષિણાં રક્તં પિબન્તીં પાનપાત્રતઃ .. ૩૯.. સપ્તધાતૂન્ શોષયન્તીં ક્રૂરદૃષ્ટ્યા વિલોકનાત્ . ત્રિશૂલેન ચ તજ્જિહ્વાં કીલયન્તીં મુહુર્મુહુઃ .. ૪૦.. પાશેન બદ્ધ્વા તં સાધમાનવન્તીં તદન્તિકે . અર્દ્ધરાત્રસ્ય સમયે દેવીં ધાયેન્મહાબલામ્ .. ૪૧.. યસ્ય યસ્ય વદેન્નામ જપેન્મન્ત્રં નિશાન્તકે . તસ્ય તસ્ય તથાવસ્થાં કુરુતે સાપિ યોગિની .. ૪૨.. ૐ બલે મહાબલે અસિદ્ધસાધની સ્વાહેતિ . અમોઘાં પઠતિ સિદ્ધાં શ્રીવૈષ્ણવીમ્ .. ૪૩.. શ્રીમદપરાજિતાવિદ્યાં ધ્યાયેત્ . દુઃસ્વપ્ને દુરારિષ્ટે ચ દુર્નિમિત્તે તથૈવ ચ . વ્યવહારે ભેવેત્સિદ્ધિઃ પઠેદ્વિઘ્નોપશાન્તયે .. ૪૪.. યદત્ર પાઠે જગદમ્બિકે મયા વિસર્ગબિન્દ્વક્ષરહીનમીડિતમ્ . તદસ્તુ સમ્પૂર્ણતમં પ્રયાન્તુ મે સઙ્કલ્પસિદ્ધિસ્તુ સદૈવ જાયતામ્ .. ૪૫.. તવ તત્ત્વં ન જાનામિ કીદૃશાસિ મહેશ્વરિ . યાદૃશાસિ મહાદેવી તાદૃશાયૈ નમો નમઃ .. ૪૬..

1

ભારતના રહસ્યમય અને ચમત્કારિક મંદિરો

ભારત રહસ્યોથી ભરેલું છે. આ રહસ્ય ઘણીવાર સામાન્ય ભારતીયના હૃદયને સ્પર્શે છે, જેના પરિણામે આપણે તેને ઘણીવાર ભૂલી જઈએ છીએ. આદરણીય ઈતિહાસકાર બશમ યોગ્ય રીતે ભારતને અજાયબી કહે છે. તેથી જ ઘણા યુરોપિયન અને અમેરિકન બૌદ્ધિકો ભારત, તેની પરંપરા, ઇતિહાસ અને ધર્મ પ્રત્યે આકર્ષાયા છે. આ પુસ્તકમાં વિવિધ ચમત્કારિક મંદિરો, રહસ્યમય સાંગ્રીલા, કૈલાસનું રહસ્ય વગેરેની ચર્ચા કરવામાં આવી છે.

એરવતેશ્વર તમિલનાડુ

દક્ષિણ ભારતના તમિલનાડુના તંજાવુર જિલ્લામાં કુંભકોનમ નજીક દારાસુરામ શહેરમાં આવેલું દ્રવિડિયન સ્થાપત્યનું ઐરાવતેશ્વર મંદિર. 12મી સદીમાં રાજરાજા ચોલા દ્વારા બનાવવામાં આવ્યું હતું, આ મંદિર પહેલાથી જ યુનેસ્કો વર્લ્ડ હેરિટેજનો દરજ્જો પ્રાપ્ત કરી ચૂક્યું છે. મંદિરમાં ઉત્કૃષ્ટ ગુણવત્તાવાળી શિલ્પો અને સમૃદ્ધ કોતરણી મંદિરના દ્રશ્યને વધુ રંગ આપે છે. તે એરવતેશ્વર મંદિરનું સાધન છે, અને સપ્તસુર એ સર્વકાલીન મહાન રહસ્યોમાંનું એક છે. અહીંનું મુખ્ય રહસ્ય એ છે કે આ મંદિરના પ્રવેશદ્વાર પર પથ્થરથી બનેલા પગથિયાં અથવા સીડીઓ છે, જ્યારે કોઈ તેના પર ચાલે છે, ત્યારે સંગીતની સાત અલગ-અલગ નોંધો ઉત્પન્ન થાય છે. બીજા શબ્દોમાં કહીએ તો, આ સાત પગલાં સાત સાતનો અવાજ બનાવે છે એટલે કે સારે ગ મા પા ધની સા, જેણે સંશોધકોને પણ આશ્ચર્યચકિત કરી દીધા છે. પરંતુ હવે આ સાત પગલાંને નુકસાનથી બચાવવા માટે મેટલ ગ્રીલથી આવરી લેવામાં આવ્યા છે.

શ્રી વિજયા વિઠ્ઠલ મંદિર અથવા સંગીત સ્તંભોનું મંદિર

1500 BCE માં બનેલું "વિઠ્ઠલ મંદિર", ભારતના કર્ણાટક રાજ્યના નાના શહેર હમ્પીની નજીક વહેતી તુંગભદ્રા નદીની દક્ષિણ બાજુએ આવેલું છે. આ મંદિર ભગવાન વિષ્ણુના અવતાર વિઠ્ઠલને સમર્પિત છે. તેની સ્થાપત્ય શૈલી ભારતના અન્ય તમામ મંદિરોથી સંપૂર્ણપણે અલગ છે જે વિશ્વભરના પ્રવાસીઓને આકર્ષે છે. આ મંદિરને યુનેસ્કો વર્લ્ડ હેરિટેજ સાઈટનું બિરુદ પણ ધરાવે છે. શ્રી વિજય વિઠ્ઠલ મંદિરનું મુખ્ય આકર્ષણ રંગ મંડપ છે જ્યાં ભગવાન વિઠ્ઠલની મૂર્તિ સ્થાપિત છે. ગ્રેનાઈટ પથ્થરથી બનેલા આ મંદિરમાં કુલ 56 સ્તંભો છે. અને આ સ્તંભો આ મંદિરને રહસ્યમય બનાવે છે. કારણ કે માત્ર આ સ્તંભો પર ટેપ કરવાથી સા, રે, ગ, મા, પા, ધા, ની, સા જેવી સાત સંગીતની નોંધો ઉત્પન્ન થાય છે. ભારતના અંગ્રેજ શાસકો પણ આ થાંભલા આકારના સંગીતનાં સાધનો જોઈને દંગ રહી ગયા. તેઓ થાંભલા પાછળનું રહસ્ય જાણવા માંગતા હતા. પરંતુ તમામ પ્રયાસો પછી પણ આ સંગીત સ્તંભનું રહસ્ય બહાર આવ્યું નથી.

વીરભદ્ર મંદિર: લટકતો સ્તંભ

વીરભદ્ર મંદિર અથવા લિપાક્ષી મંદિર એ ભારતના ટોચના દસ રહસ્યવાદી મંદિરોમાંનું એક છે. આ રહસ્યમય મંદિર ભારતના આંધ્ર પ્રદેશના લિપાક્ષી જિલ્લામાં હજારો વર્ષોથી ઉભું છે. મંદિરમાં શિવલિંગને ઘેરીને વિશાળ પથ્થરની સર્પની મૂર્તિ છે. મંદિરમાં ભારતની સૌથી મોટી અને સૌથી જૂની નંદીની મૂર્તિ પણ છે. પરંતુ આ બધાથી આગળ જે ભક્તો અને યાત્રાળુઓના ધ્યાનના કેન્દ્રમાં છે તે તેનો એક આધારસ્તંભ છે. આ રહસ્યમય સ્તંભ વીરભદ્ર મંદિરના એક ભાગમાં સ્થિત છે. તે ગમે તેટલું આશ્ચર્યજનક લાગે, આ સ્તંભ હજારો વર્ષોથી લટકી રહ્યો છે. જમીનથી 1 ઈંચનું અંતર ધરાવતો આ થાંભલો વર્ષોથી જમીનને અડ્યા વિના જ ઊભો છે. પૌરાણિક માન્યતાઓ અનુસાર જો આ ખાલી ભાગમાંથી કપડું ઓગાળી શકાય તો સંપૂર્ણ લાભ થાય છે. મંદિરમાં 70 સ્તંભો હોવા છતાં, આ એક સ્તંભ

અલગ છે. એવું કહેવાય છે કે એક બ્રિટિશ આર્કિટેક્ટે આ સ્તંભનો ચમત્કાર સમજવા માટે તેનો એક ભાગ તોડવાનો પ્રયાસ કર્યો, પરંતુ તેને સફળતા મળી નહીં.

બૃહદીશ્વર મંદિર

તમિલનાડુનું બૃહદીશ્વર મંદિર એ ભારતના સૌથી જૂના અને સૌથી મોટા મંદિરોમાંનું એક છે. તંજાવુરમાં સ્થિત આ મંદિરે તેની સ્થાપત્ય કલાથી દુનિયાભરના લોકોને આકર્ષ્યા છે. આ પરંપરાગત મંદિર દ્રવિડ આર્કિટેક્ચર પર આધારિત છે. તમિલ રાજા રાજા ચોલ I એ 11મી સદીમાં આ મંદિર બનાવ્યું હોવાનું કહેવાય છે. અગાઉ ઉલ્લેખિત મંદિરોની જેમ, તે પહેલાથી જ યુનેસ્કો વર્લ્ડ હેરિટેજ સાઇટ તરીકે સૂચિબદ્ધ છે. બૃહદીશ્વર મંદિરની સ્થાપત્ય શૈલીનું વર્ણન કરવા માટે કોઈ વિશેષણ પૂરતું નથી. આખું મંદિર ગ્રેનાઈટના વિશાળ પથ્થરોને કાપીને બનાવવામાં આવ્યું છે. હકીકતમાં, તે વિશ્વનું પ્રથમ મંદિર છે જે સંપૂર્ણપણે ગ્રેનાઈટથી બનેલું છે. સ્થાપત્ય નિષ્ણાતોનો અંદાજ છે કે આ મંદિરના નિર્માણમાં ઓછામાં ઓછા 13,000 ટન ગ્રેનાઈટનો ઉપયોગ કરવામાં આવ્યો હતો. બૃહદીશ્વર મંદિરનો શિખર 216 ફૂટ ઊંચો છે અને તેમાં નક્કર શિલા છે. પથ્થરનું વજન લગભગ 80 ટન છે. મંદિરની અંદર 5 મીટર ઉંચી નૃત્ય કરતી શિવ પ્રતિમા છે. આશ્ચર્યની વાત એ છે કે આ મંદિરથી લગભગ 100 કિમીની ત્રિજ્યામાં ગ્રેનાઈટનો કોઈ સ્રોત મળ્યો નથી. તો તે પ્રાચીન સમયમાં પથ્થરનો આટલો મોટો જથ્થો કેવી રીતે વહન કરવામાં આવતો હતો અને તે સમયની નજીવી મશીનરી વડે તેને કેવી રીતે આકાર આપવો શક્ય હતો, આ પ્રશ્નનો જવાબ હજુ પણ અજ્ઞાત છે.

અનંત પદ્મનાભ સ્વામી મંદિર - છુપાયેલા ખજાનાનું રહસ્ય

અનંત પદ્મનાભ સ્વામી મંદિર ભારતના કેરળ રાજ્યની રાજધાની તિરુ અનંતપુરમની મધ્યમાં આવેલું છે. આ મંદિરમાં પદ્મનાભ સ્વામીના રૂપમાં ભગવાન વિષ્ણુની પૂજા કરવામાં આવે છે. અહીં ભગવાન વિષ્ણુ અનંત પલંગ પર બિરાજમાન છે. આ મંદિરમાં 7 ગુપ્ત ઓરડાઓ છે. નામદાર સુપ્રિમ કોર્ટના નિર્દેશો મુજબ આ 7 રૂમમાંથી 6 ખોલવામાં આવ્યા છે અને એક રૂમ હજુ પણ બંધ છે. આ 6 રૂમમાંથી 22 બિલિયન ડોલરથી વધુના સોનાના ઘરેણા મળી આવ્યા હતા. શ્રી અનંતપદ્મનાભસ્વામી મંદિરનું મુખ્ય રહસ્ય રૂમ નંબર 7 ની આસપાસ છે. આ રૂમ આજદિન સુધી ખોલી શકાયો નથી.

આ રૂમના દરવાજા પર સાપના પ્રતીકો દોરવામાં આવ્યા છે. પરંતુ આ રૂમમાં કોઈ લોક કે લેચ નથી જેના દ્વારા તેને ખોલી શકાય. પૌરાણિક કથા અનુસાર આ દ્વારને 'નાગબંધનમ્' કહેવામાં આવે છે.

તેઓ બંધાયેલા છે. એવું પણ માનવામાં આવે છે કે જો કોઈ રીતે આ રૂમનો દરવાજો ખોલવામાં આવે તો તેનું પરિણામ ઘાતક હોય છે. ત્યારે એવું પણ માનવામાં આવે છે કે

કોઈ ગુપ્ત મંત્ર દ્વારા જ આ રૂમ ખોલી શકાય છે. એવું કહેવાય છે કે જો તમે બંધ દરવાજો સાંભળો છો, તો તમને અંદરથી વહેતા પાણીનો અવાજ સંભળાય છે. કેટલાક લોકોના જણાવ્યા અનુસાર, રૂમની અંદર સાપના સિસવાનો અવાજ પણ સંભળાયો છે.

પુરીનું જગન્નાથ મંદિર

પુરીનું જગન્નાથ મંદિર એ રહસ્યવાદીનો બીજો પર્યાય છે. ચાર પવિત્ર યાત્રાધામોમાંનું એક, આ મંદિર અજાણ્યા, અભેદ્ય રહસ્યોના સ્તરોમાં છુપાયેલું છે. તમને જાણીને આશ્ચર્ય થશે કે પુરીના કોઈપણ બિંદુથી તમે મંદિરોનું સુંદર વર્તુળ જોઈ શકો છો. આપણે સામાન્ય રીતે પવનની તરફેણમાં ધ્વજને કુદરતી રીતે લહેરાવતા જોઈએ છીએ, પરંતુ પુરી મંદિરની ટોચ પરનો ધ્વજ હંમેશા પવનની સામે લહેરાતો રહે છે. દિવસ દરમિયાન, પવન સામાન્ય રીતે સમુદ્રથી કિનારે ફૂંકાય છે. અને સાંજે દરિયાકાંઠેથી દરિયા તરફ પવન ફૂંકાય છે. પરંતુ પુરીના કિસ્સામાં તેનાથી વિપરીત છે. પવન સવારે કિનારેથી દરિયા તરફ અને સાંજે દરિયાથી કિનારે ફૂંકાય છે. દરરોજ એક પૂજારી મંદિરના ગુંબજ પર ચઢે છે, જે 45 માળની ઇમારત જેટલી ઊંચી છે અને આ ધ્વજને બદલી નાખે છે. ધ્વજ બદલવાની આ પ્રક્રિયા 1800 વર્ષથી ચાલી રહી છે. જો ધાર્મિક વિધિ મુજબ કોઈપણ દિવસે ધ્વજ બદલવામાં ન આવે તો આગામી 18 વર્ષ સુધી મંદિર બંધ રાખવું પડશે. એવું પણ કહેવાય છે કે પુરી મંદિરની ઉપર કોઈ પક્ષી કે વિમાન ઉડી શકતું નથી. પુરી મંદિરના સૌથી મોટા મહેલનો પડછાયો દિવસના કોઈપણ સમયે અદ્રશ્ય રહે છે.

પરંતુ આ મંદિરની સૌથી અવિશ્વસનીય વિશેષતા તેના પ્રસાદ છે. પ્રસાદ આખા વર્ષ

દરમિયાન સમાન માત્રામાં રાંધવામાં આવે છે. પણ એટલો જ પ્રસાદ અમુક હજાર લોકોને ખવડાવવામાં આવે કે 20 લાખ લોકોને, પ્રસાદ ક્યારેય વ્યર્થ જતો નથી અને ક્યારેય ઓછો પડતો નથી. તદુપરાંત, આ અર્પણો એક બીજાની ઉપર સ્ટૅક કરેલા માટીના ઘણા વાસણોમાં રાંધવામાં આવે છે. ગણતરી મુજબ, સૌથી નીચેના વાસણમાંથી ખોરાક પ્રથમ ગણવામાં આવે છે, પરંતુ અહીં સૌથી ઉપરના પાત્રમાંથી ખોરાક પ્રથમ તૈયાર કરવામાં આવે છે.

મંદિરની મૂર્તિઓ સામાન્ય રીતે માટી, ધાતુ અથવા પથ્થરની બનેલી હોય છે. પરંતુ પુરીના મંદિરમાં જગન્નાથ, બલરામ અને સુભદ્રાની મૂર્તિઓ લીમડાના લાકડામાંથી બનેલી છે. જગન્નાથ, બલરામ, સુભદ્રાને દર 12 વર્ષે ગુપ્ત વિધિ પછી નવા દેહ આપવામાં આવે છે.

શ્રી રંગનાથસ્વામી મંદિર અથવા 1000 વર્ષ જૂનું મમીફાઈડ બોડી મંદિર

શ્રી રંગનાથસ્વામી મંદિર 1લી અને 4થી સદીની વચ્ચે બાંધવામાં આવ્યું હતું. આ મંદિર દક્ષિણ ભારતમાં વૈષ્ણવ આંદોલનનું કેન્દ્ર છે. 155 એકરમાં ફેલાયેલા રંગનાથસ્વામી મંદિર સંકુલમાં 50 નાના મંદિરો, 21 ટાવર અને 39 નટમંદિર છે. એક રીતે જોઈએ તો તે 'મંદિરોનું શહેર' જેવું છે. આ મંદિરમાં મધ્યકાલીન ડેક્કન સભ્યતાના ઘણા ઉદાહરણો

જોઈ શકાય છે. રંગનાથસ્વામી મંદિર ભગવાન વિષ્ણુના સ્વરૂપ રંગનાથને સમર્પિત છે. મંદિરમાં ગ્રેનાઈટથી બનેલા લગભગ 1000 સ્તંભોનો સભામંડપ છે. જોવા લાયક શ્રી રંગનાથસ્વામી મંદિર સંકુલ છે જેમાં રામાનુજાચાર્યને સમર્પિત મંદિર છે. તે મંદિરમાં રામાનુજાચાર્યના શરીરને 'મમી' તરીકે રાખવામાં આવે છે. અને ભક્તો એ શબરૂપી દેહની સામે પ્રાર્થના અને પૂજા કરે છે. ઉલ્લેખનીય છે કે રામાનુજાચાર્યનો જન્મ 1017માં પેરુમ્બુદુર ગામમાં થયો હતો. શ્રીરંગમ તેમના ધાર્મિક વિચારોની અભિવ્યક્તિ માટેનું મુખ્ય ક્ષેત્ર બની ગયું. તેઓ શ્રી રંગનાથસ્વામી મંદિરના મુખ્ય પૂજારી પણ બન્યા. એવું કહેવાય છે કે સ્વયં વિષ્ણુની સૂચના પર, રામાનુજાચાર્યના શરીરને સાચવવામાં આવ્યું હતું અને તેને મૂર્તિમાં આકાર આપવામાં આવ્યો હતો. આશ્ચર્યજનક રીતે, શ્રી રંગનાથસ્વામી મંદિરમાં શ્રી રામાનુજાચાર્યનું 1000 વર્ષ જૂનું શરીર છે અને તેમનું મૂળ શરીર સામાન્ય બેઠક સ્થિતિમાં રાખવામાં આવ્યું છે. તેની ફિલસૂફી બધા માટે ખુલ્લી છે.

કાડુ મલ્લેશ્વર મંદિર અથવા મંદિર જ્યાં મૂર્તિ અજાણ્યા સ્રોતમાંથી પાણી ખેંચે છે

કાડુ મલ્લેશ્વરમ મંદિર બેંગ્લોરના મલ્લેશ્વરમ વિસ્તારમાં આવેલું છે. આ મંદિર સત્તરમી સદીનું છે. દ્રવિડિયન સ્થાપત્ય શૈલીમાં બનેલ, તે એક અજાયબી છે અને બેંગ્લોરના સૌથી પ્રસિદ્ધ મંદિરોમાંનું એક છે. મંદિર સુધી પહોંચવા માટે લગભગ ચાલીસ પગથિયાં ઓળંગવા પડે છે. આ મંદિરના મુખ્ય દેવતા 'શિવ લિંગ'ના રૂપમાં શિવ છે. મંદિરને 'દક્ષિણામુખી નંદી' તરીકે પણ ઓળખવામાં આવે છે. મંદિરની અંદરની કારીગરી કોઈપણ નિડરને મોહિત કરશે. ઉદાહરણ તરીકે, નંદીના મુખમાંથી વહેતું પાણી. આ પાણી નંદીના મુખમાંથી શિવલિંગ ઉપર વહે છે જેને 'કલ્યાણી' કહેવાય છે. પરંતુ રસપ્રદ વાત એ છે કે આ પાણીનો સ્રોત હજુ સુધી મળ્યો નથી.

કાનપુરનું જગન્નાથ મંદિર વરસાદની આગાહી કરતું મંદિર

ઉત્તર પ્રદેશના કાનપુરથી લગભગ 40 કિમી દૂર આવેલું એક પ્રાચીન મંદિર. આ મંદિરમાં ભગવાન જગન્નાથની 1000 વર્ષ જૂની મૂર્તિની આજે પણ પૂજા થાય છે. ભગવાન વિષ્ણુના 24 અવતારોની મૂર્તિઓ પણ છે. કાનપુરના આ જગન્નાથ મંદિરને લઈને ઘણા સંશોધનો થઈ રહ્યા છે. આનું કારણ એક અદ્ભુત રહસ્ય છે,

આ મંદિરને 'વર્ષા મંદિર' અથવા 'મોન્સૂન મંદિર' તરીકે પણ ઓળખવામાં આવે છે. સ્થાનિક લોકોનું માનવું છે કે આ મંદિર વરસાદની શરૂઆતના 6-7 દિવસ પહેલા આગાહી કરે છે. સ્થાનિક ખેડૂતોના મતે મંદિરની છત પર પાણીના ટીપાંનું પ્રમાણ જોતાં ભારે, મધ્યમ કે હળવો વરસાદ પડશે. અનુમાન કરી શકાય છે. રસપ્રદ વાત એ છે કે જ્યારે વરસાદ શરૂ થાય છે, ત્યારે મંદિરની છતને અડતા જ પાણી સંપૂર્ણપણે બંધ થઈ જાય છે. મંદિરની છત પર પાણીનો એક પત્તો પણ મળ્યો નથી. જે વર્ષે ભારે ચોમાસું હોય છે ત્યારે મંદિરની છત પરથી મુશળધાર વરસાદ શરૂ થાય છે. અને જે વર્ષે વરસાદ હળવો હોય છે, તે વર્ષે છત પરથી પાણીનો પ્રવાહ પણ નબળો હોય છે. સ્થાનિક રહેવાસીઓ દાવો કરે છે, યુગ

સદીઓથી આ નિયમમાં કોઈ અપવાદ નથી. આજે પણ 50 કિલોમીટરના વિસ્તારમાં

ફેલાયેલા લગભગ 35 ગામોના લોકો વરસાદની વહેલી ચેતવણી માટે આ મંદિર પર નિર્ભર છે. તે મુજબ તેઓ ખેતીની વ્યવસ્થા કરે છે. તેઓ માને છે કે બધું ભગવાનની કૃપા છે.

પંચ ભૂત સ્થાન મંદિર અથવા ભગવાન શિવ

દક્ષિણ ભારતમાં પાંચ શિવ મંદિરો પંચ ભૂત સ્થળ તરીકે ઓળખાય છે. આ પાંચ મંદિરો કાંચીપુરમ ખાતે એકમ્બરેશ્વર મંદિર, તિરુવન્નાઇકવાલ ખાતે જંબુકેશ્વર મંદિર, તિરુવન્નમલાઈ ખાતે અરુણાચલેશ્વર મંદિર, ચિદમ્બરમ ખાતે નટરાજ મંદિર અને આંધ્રપ્રદેશમાં શ્રીકલહાટી મંદિર છે. ભગવાન શિવ અથવા મહાદેવ પ્રકૃતિના પાંચ તત્વો અથવા પંચભૂતોને નિયંત્રિત કરે છે. આ પાંચ ભૂત છે ક્ષિતિ, આપ, તેજ, મરુત અને વ્યોમ. અને આ પાંચ મંદિરોમાં ભગવાન શિવને પાંચ તત્વોના અવતાર તરીકે પૂજવામાં આવે છે. પરંતુ નવાઈની વાત એ છે કે જો ભૌગોલિક રીતે એક રેખા દોરવામાં આવે તો આ પાંચ શિવ મંદિરો એક જ રેખા પર આવેલા છે. પરંતુ આ પાંચ શિવ મંદિરો અલગ-અલગ શહેરોમાં આવેલા છે. જે યુગમાં વૈજ્ઞાનિક સાધનો નહોતા ત્યાં આ મંદિરો આટલા સચોટ પ્રમાણમાં કેવી રીતે બંધાયા તે આજે પણ એક રહસ્ય છે.

લક્ષ્મીનૃસિંહસહસ્રનામસ્તોત્રમ્

કેદારનાથ

દિવ્યલક્ષ્મીનૃસિંહસહસ્રનામસ્તોત્રમ્ .. સ્તોત્રસ્ય પૂર્વપીઠિકા .. ॐ માર્કણ્ડેય ઉવાચ - એવં યુદ્ધમભૂદ્ઘોરં રૌદ્રં દૈત્યબલૈઃ સહ . નૃસિંહસ્યાઙ્ગસમ્ભૂતૈર્નારસિંહૈરનેકશઃ .. ૧.. દૈત્યકોટિહતાસ્તત્ર કેચિદ્ભીતાઃ પલાયિતાઃ . તં દૃષ્ટ્વાતીવ સઙ્ક્રુદ્ધો હિરણ્યકશિપુઃ સ્વયમ્ .. ૨.. ભૂતપૂર્વૈરમૃત્યુર્મે ઇતિ બ્રહ્મવરોદ્ધતઃ . વવર્ષ શરવર્ષેણ નારસિંહો ભૃશં બલી .. ૩.. દ્વન્દ્વયુદ્ધમભૂદુગ્રં દિવ્યવર્ષસહસ્રકમ્ . દૈત્યેન્દ્રસાહસં દૃષ્ટ્વા દેવાશ્ચેન્દ્રપુરોગમાઃ .. ૪.. શ્રેયઃ કસ્ય ભવેદત્ર ઇતિ ચિન્તાપરાભવન્ . તદા ક્રુદ્ધો નૃસિંહસ્તુ દૈત્યેન્દ્રપ્રહિતાન્યપિ .. ૫.. વિષ્ણુચક્રં મહાચક્રં કાલચક્રં તુ વૈષ્ણવમ્ . રૌદ્રં પાશુપતં બ્રાહ્મં કૌબેરં કુલિશાસનમ્ .. ૬.. આગ્નેયં વારુણં સૌમ્યં મોહનં સૌરપાર્વતમ્ . ભાર્ગવાદિબહૂન્યસ્ત્રાણ્યભક્ષયત કોપનઃ .. ૭.. સન્ધ્યાકાલે સભાદ્વારે સ્વાઙ્કે નિક્ષિપ્યભૈરવઃ . તતઃ ખટ્ગધરં દૈત્યં જગ્રાહ નરકેસરી .. ૮.. હિરણ્યકશિપોર્વક્ષો વિદાર્યાતીવ રોષિતઃ . ઉદ્ધૃત્ય ચાન્ત્રમાલાનિ નખૈર્વજ્રસમપ્રભૈઃ .. ૯.. મેને કૃતાર્થમાત્માનં સર્વતઃ પર્યવૈક્ષત . હર્ષિતા દેવતાઃ સર્વાઃ પુષ્પવૃષ્ટિમવાકિરન્ .. ૧૦.. દેવદુન્દુભયો નેદુર્વિમલાશ્ચ દિશોઽભવન્ . નરસિંહ મતીવોગ્રં વિકીર્ણવદનં ભૃશમ્ .. ૧૧.. લેલિહાનં ચ ગર્જન્તં કાલાનલસમપ્રભમ્ . અતિરૌદ્રં મહાકાયં મહાદંષ્ટ્રં મહારુતમ્ .. ૧૨.. મહાસિંહં મહારૂપં દૃષ્ટ્વા સઙ્ક્ષુભિતં જગત્ . સર્વદેવગણૈઃ સાર્થં તત્રાગત્ય પિતામહઃ .. ૧૩.. આગન્તુકૈર્ભૂતપૂર્વૈર્વર્તમાનૈરનુત્તમૈઃ . ગુણૈર્નામસહસ્રેણ તુષ્ટાવ શ્રુતિસમ્મતૈઃ .. ૧૪.. .. અથ શ્રીનૃસિંહસહસ્રનામસ્તોત્રમ્ .. ॐ નમઃ શ્રીમદ્દિવ્યલક્ષ્મીનૃસિંહસહસ્રનામસ્તોત્રમહામન્ત્રસ્ય બ્રહ્મા ઋષિઃ શ્રીલક્ષ્મીનૃસિંહોદેવતા . અનુષ્ટુપ્છન્દઃ શ્રીનૃસિંહઃપરમાત્મા બીજં લક્ષ્મીર્માયાશક્તિઃ જીવોબીજં બુદ્ધિઃ શક્તિઃ ઉદાનવાયુઃ બીજં સરસ્વતી શક્તિઃ વ્યઞ્જનાનિ બીજાનિ સ્વરાઃ શક્તયઃ ॐ ક્ષ્રૌં હ્રીં ઇતિ બીજાનિ ॐ શ્રીં અં આં ઇતિ શક્તયઃ વિકીર્ણનખદંષ્ટ્રાયુધાયેતિ કીલકં અકારાદિતિ બોધકં શ્રીલક્ષ્મીનૃસિંહપ્રસાદસિદ્ધ્યર્થે શ્રીલક્ષ્મીનૃસિંહસહસ્રનામસ્તોત્રમન્ત્રજપે વિનિયોગઃ - બ્રહ્મોવાચ - ॐ શ્રીલક્ષ્મીનૃસિંહાય નમઃ . અઙ્ગુષ્ઠાભ્યાં નમઃ ॐ વજ્રનખાય નમઃ . તર્જનીભ્યાં નમઃ ॐ મહારુદ્રાય નમઃ . મધ્યમાભ્યાં નમઃ ॐ સર્વતોમુખાય નમઃ . અનામિકાભ્યાં નમઃ ॐ વિકટાસ્યાય નમઃ . કનિષ્ઠિકાભ્યાં નમઃ ॐ વીરાય નમઃ . કરતલકરપૃષ્ઠાભ્યાં નમઃ એવં હૃદયાદિન્યાસઃ - ઇતિ દિગ્બન્ધઃ ॐ ઐન્દ્રીં દિશં સુદર્શનેન બધ્નામિ નમશ્ચક્રાય સ્વાહા . ॐ આગ્નેયીં દિશં સુદર્શનેન બધ્નામિ નમશ્ચક્રાય સ્વાહા . ॐ યામ્યાં દિશં સુદર્શનેન બધ્નામિ નમશ્ચક્રાય સ્વાહા . ॐ નૈરૃતિં દિશં સુદર્શનેન બધ્નામિ નમશ્ચક્રાય સ્વાહા . ॐ વારુણીં દિશં સુદર્શનેન બધ્નામિ નમશ્ચક્રાય સ્વાહા . ॐ વાયવીં દિશં સુદર્શનેન બધ્નામિ નમશ્ચક્રાય સ્વાહા . ॐ કૌબેરીં દિશં સુદર્શનેન બધ્નામિ નમશ્ચક્રાય સ્વાહા . ॐ ઈશાનીં દિશં સુદર્શનેન બધ્નામિ નમશ્ચક્રાય સ્વાહા . ॐ ઊર્ધ્વાં દિશં સુદર્શનેન બધ્નામિ નમશ્ચક્રાય સ્વાહા . ॐ અધસ્તાદ્દિશં દિશં સુદર્શનેન બધ્નામિ નમશ્ચક્રાય સ્વાહા . ॐ અન્તરિક્ષાં દિશં સુદર્શનેન બધ્નામિ નમશ્ચક્રાય સ્વાહા . અથ ધ્યાનમ્ - સત્યજ્ઞાનસુખસ્વરૂપમમલં ક્ષીરાબ્ધિમધ્યે સ્થિતં યોગારૂઢમતિપ્રસન્નવદનં ભૂષાસહસ્રોજ્વલમ્ . ત્ર્યક્ષં ચક્રપિનાકસ્નાભયકરાન્બિભ્રાણમર્કચ્છવિં

છત્રીભૂતફણીન્દ્રમિન્દુધવલં લક્ષ્મીનૃસિંહં ભજે .. ૧.. ઉપાસ્મહે નૃસિંહાખ્યં બ્રહ્મ વેદાન્તગોચરમ્ . ભૂયોલાલિતસંસારચ્છેદહેતું જગદ્ગુરુમ્ .. ૨.. બ્રહ્મોવાચ - ૐ હ્રીં શ્રીં ઐં ક્ષ્રૌં બ્રહ્મોવાચ - ૐ નમો નારસિંહાય વજ્રદંષ્ટ્રાય વજ્રિણે . વજ્રદેહાય વજ્રાય નમો વજ્રનખાય ચ .. ૧.. વાસુદેવાય વન્દ્યાય વરદાય વરાત્મને . વરદાભયહસ્તાય વરાય વરરૂપિણે .. ૨.. વરેણ્યાય વરિષ્ઠાય શ્રીવરાય નમો નમઃ . પ્રહ્લાદવરદાયૈવ પ્રત્યક્ષવરદાય ચ .. ૩.. પરાત્પરપરેશાય પવિત્રાય પિનાકિને . પાવનાય પ્રસન્નાય પાશિને પાપહારિણે .. ૪.. પુરુષ્ટુતાય પુણ્યાય પુરુહૂતાય તે નમઃ . તત્પુરુષાય તથ્યાય પુરાણપુરુષાય ચ .. ૫.. પુરોધસે પૂર્વજાય પુષ્કરાક્ષાય તે નમઃ . પુષ્પહાસાય હાસાય મહાહાસાય શાર્ઙ્ગિણે .. ૬.. સિંહાય સિંહરાજાય જગદ્વશ્યાય તે નમઃ . અટ્ટહાસાય રોષાય જલવાસાય તે નમઃ .. ૭.. ભૂતાવાસાય ભાસાય શ્રીનિવાસાય ખડ્ગિને . ખડ્ગજિહ્વાય સિંહાય ખડ્ગવાસાય તે નમઃ .. ૮.. નમો મૂલાધિવાસાય ધર્મવાસાય ધન્વિને . ધનઞ્જયાય ધન્યાય નમો મૃત્યુઞ્જયાય ચ .. ૯.. શુભઞ્જયાય સૂત્રાય નમઃ શત્રુઞ્જયાય ચ . નિરઞ્જનાય નીરાય નિર્ગુણાય ગુણાય ચ .. ૧૦.. નિષ્પ્રપઞ્ચાય નિર્વાણપ્રદાય નિબિડાય ચ . નિરાલમ્બાય નીલાય નિષ્કલાય કલાય ચ .. ૧૧.. નિમેષાય નિબન્ધાય નિમેષગમનાય ચ . નિર્દ્વન્દ્વાય નિરાશાય નિશ્ચયાય નિરાય ચ .. ૧૨.. નિર્મલાય નિબન્ધાય નિર્મોહાય નિરાકૃતે . નમો નિત્યાય સત્યાય સત્કર્મનિરતાય ચ .. ૧૩.. સત્યધ્વજાય મુઞ્જાય મુઞ્જકેશાય કેશિને . હરીશાય ચ શેષાય ગુડાકેશાય વૈ નમઃ .. ૧૪.. સુકેશાયોર્ધ્વકેશાય કેશિસંહારકાય ચ . જલેશાય સ્થલેશાય પદ્મેશાયોગ્રરૂપિણે .. ૧૫.. કુશેશયાય કૂલાય કેશવાય નમો નમઃ . સૂક્તિકર્ણાય સૂક્તાય રક્તજિહ્વાય રાગિણે .. ૧૬.. દીપ્તરૂપાય દીપ્તાય પ્રદીપ્તાય પ્રલોભિને . પ્રચ્છિન્નાય પ્રબોધાય પ્રભવે વિભવે નમઃ .. ૧૭.. પ્રભઞ્જનાય પાન્થાય પ્રમાયાપ્રમિતાય ચ . પ્રકાશાય પ્રતાપાય પ્રજ્વલાયોજ્વલાય ચ .. ૧૮.. જ્વાલામાલાસ્વરૂપાય જ્વલજ્જિહ્વાય જ્વાલિને . મહોજ્જ્વલાય કાલાય કાલમૂર્તિધરાય ચ .. ૧૯.. કાલાન્તકાય કલ્પાય કલનાય કૃતે નમઃ . કાલચક્રાય શક્રાય વષટ્ચક્રાય ચક્રિણે .. ૨૦.. અક્રૂરાય કૃતાન્તાય વિક્રમાય ક્રમાય ચ . કૃત્તિને કૃત્તિવાસાય કૃતઘ્નાય કૃતાત્મને .. ૨૧.. સઙ્ક્રમાય ચ ક્રુદ્ધાય ક્રાન્તલોકત્રયાય ચ . અરૂપાય સ્વરૂપાય હરયે પરમાત્મને .. ૨૨.. અજયાયાદિદેવાય અક્ષયાય ક્ષયાય ચ . અઘોરાય સુઘોરાય ઘોરાઘોરતરાય ચ .. ૨૩.. નમોઽસ્ત્વઘોરવીર્યાય લસદ્ઘોરાય તે નમઃ . ઘોરાધ્યક્ષાય દક્ષાય દક્ષિણાર્યાય શમ્ભવે .. ૨૪.. અમોઘાય ગુણૌઘાય અનઘાયાઘહારિણે . મેઘનાદાય નાદાય તુભ્યં મેઘાત્મને નમઃ .. ૨૫.. મેઘવાહનરૂપાય મેઘશ્યામાય માલિને . વ્યાલયજ્ઞોપવીતાય વ્યાઘ્રદેહાય વૈ નમઃ .. ૨૬.. વ્યાઘ્રપાદાય ચ વ્યાઘ્રકર્મિણે વ્યાપકાય ચ . વિકટાસ્યાય વીરાય વિષ્ટરશ્રવસે નમઃ .. ૨૭.. વિકીર્ણનખદંષ્ટ્રાય નખદંષ્ટ્રાયુધાય ચ . વિશ્વક્સેનાય સેનાય વિહ્વલાય બલાય ચ .. ૨૮.. વિરૂપાક્ષાય વીરાય વિશેષાક્ષાય સાક્ષિણે . વીતશોકાય વિસ્તીર્ણવદનાય નમો નમઃ .. ૨૯.. વિધાનાય વિધેયાય વિજયાય જયાય ચ . વિબુધાય વિભાવાય નમો વિશ્વમ્ભરાય ચ .. ૩૦.. વીતરાગાય વિપ્રાય વિટઙ્કનયનાય ચ . વિપુલાય વિનીતાય વિશ્વયોને નમો નમઃ .. ૩૧.. વિડમ્બનાય વિત્તાય વિશ્રુતાય વિયોનયે . વિહ્વલાય વિવાદાય નમો વ્યાહૃતયે નમઃ .. ૩૨.. વિલાસાય વિકલ્પાય મહાકલ્પાય તે નમઃ .

બહુકલ્પાય કલ્પાય કલ્પાતીતાય શિલ્પિને .. ૩૩. કલ્પનાય સ્વરૂપાય ફણિતલ્પાય વૈ નમઃ . તડિત્પ્રભાય તાર્યાય તરુણાય તરસ્વિને .. ૩૪.. તપનાય તરક્ષાય તાપત્રયહરાય ચ . તારકાય તમોઘ્નાય તત્ત્વાય ચ તપસ્વિને .. ૩૫.. તક્ષકાય તનુત્રાય તટિને તરલાય ચ . શતરૂપાય શાન્તાય શતધારાય તે નમઃ .. ૩૬.. શતપત્રાય તાર્ક્ષ્યાય સ્થિતયે શતમૂર્તયે . શતક્રતુસ્વરૂપાય શાશ્વતાય શતાત્મને .. ૩૭.. નમઃ સહસ્રશિરસે સહસ્રવદનાય ચ . સહસ્રાક્ષાય દેવાય દિશશ્રોત્રાય તે નમઃ .. ૩૮.. નમઃ સહસ્રજિહ્વાય મહાજિહ્વાય તે નમઃ . સહસ્રનામધેયાય સહસ્રાક્ષિધરાય ચ .. ૩૯.. સહસ્રબાહવે તુભ્યં સહસ્રચરણાય ચ . સહસ્રાર્કપ્રકાશાય સહસ્રાયુધધારિણે .. ૪૦.. નમઃ સ્થૂલાય સૂક્ષ્માય સુસૂક્ષ્માય નમો નમઃ . સુક્ષુણ્યાય સુભિક્ષાય સુરાધ્યક્ષાય શૌરિણે .. ૪૧.. ધર્માધ્યક્ષાય ધર્માય લોકાધ્યક્ષાય વૈ નમઃ . પ્રજાધ્યક્ષાય શિક્ષાય વિપક્ષક્ષયમૂર્તયે .. ૪૨.. કલાધ્યક્ષાય તીક્ષ્ણાય મૂલાધ્યક્ષાય તે નમઃ . અધોક્ષજાય મિત્રાય સુમિત્રવરુણાય ચ .. ૪૩.. શત્રુઘ્નાય અવિઘ્નાય વિઘ્નકોટિહરાય ચ . રક્ષોઘ્નાય તમોઘ્નાય ભૂતઘ્નાય નમો નમઃ .. ૪૪.. ભૂતપાલાય ભૂતાય ભૂતવાસાય ભૂતિને . ભૂતબેતાલઘાતાય ભૂતાધિપતયે નમઃ .. ૪૫.. ભૂતગ્રહવિનાશાય ભૂતસંયમતે નમઃ . મહાભૂતાય ભૃગવે સર્વભૂતાત્મને નમઃ .. ૪૬.. સર્વારિષ્ટવિનાશાય સર્વસમ્પત્કરાય ચ . સર્વાધારાય સર્વાય સર્વાર્તિહરયે નમઃ .. ૪૭.. સર્વદુઃખપ્રશાન્તાય સર્વસૌભાગ્યદાયિને . સર્વજ્ઞાયાપ્યનન્તાય સર્વશક્તિધરાય ચ .. ૪૮.. સર્વૈશ્વર્યપ્રદાત્રે ચ સર્વકાર્યવિધાયિને . સર્વજ્વરવિનાશાય સર્વરોગાપહારિણે .. ૪૯.. સર્વાભિચારહન્ત્રે ચ સર્વૈશ્વર્યવિધાયિને . પિઙ્ગાક્ષાયૈકશૃઙ્ગાય દ્વિશૃઙ્ગાય મરીચયે .. ૫૦.. બહુશૃઙ્ગાય લિઙ્ગાય મહાશૃઙ્ગાય તે નમઃ . માઙ્ગલ્યાય મનોજ્ઞાય મન્તવ્યાય મહાત્મને .. ૫૧.. મહાદેવાય દેવાય માતુલિઙ્ગધરાય ચ . મહામાયાપ્રસૂતાય પ્રસ્તુતાય ચ માયિને .. ૫૨.. અનન્તાનન્તરૂપાય માયિને જલશાયિને . મહોદરાય મન્દાય મદદાય મદાય ચ .. ૫૩.. મધુકૈટભહન્ત્રે ચ માધવાય મુરારયે . મહાવીર્યાય ધૈર્યાય ચિત્રવાર્યાય તે નમઃ .. ૫૪.. ચિત્રકૂર્માય ચિત્રાય નમસ્તે ચિત્રભાનવે . માયાતીતાય માયાય મહાવીરાય તે નમઃ .. ૫૫.. મહાતેજાય બીજાય તેજોધામ્ને ચ બીજિને . તેજોમય નૃસિંહાય નમસ્તે ચિત્રભાનવે .. ૫૬.. મહાદંષ્ટ્રાય તુષ્ટાય નમઃ પુષ્ટિકરાય ચ . શિપિવિષ્ટાય હૃષ્ટાય પુષ્ટાય પરમેષ્ઠિને .. ૫૭.. વિશિષ્ટાય ચ શિષ્ટાય ગરિષ્ઠાયેષ્ટદાયિને . નમો જ્યેષ્ઠાય શ્રેષ્ઠાય તુષ્ટાયામિતતેજસે .. ૫૮.. અષ્ટાઙ્ગન્યસ્તરૂપાય સર્વદુષ્ટાન્તકાય ચ . વૈકુણ્ઠાય વિકુણ્ઠાય કેશિકણ્ઠાય તે નમઃ .. ૫૯.. કણ્ઠીરવાય લુણ્ઠાય નિઃશઠાય હઠાય ચ . સત્ત્વોદ્રિક્તાય રુદ્રાય ઋગ્યજુસ્સામગાય ચ .. ૬૦.. ઋતુધ્વજાય વજ્રાય મન્ત્રરાજાય મન્ત્રિણે . ત્રિનેત્રાય ત્રિવર્ગાય ત્રિધામ્ને ચ ત્રિશૂલિને .. ૬૧.. ત્રિકાલજ્ઞાનરૂપાય ત્રિદેહાય ત્રિધાત્મને . નમસ્ત્રિમૂર્તિવિદ્યાય ત્રિતત્ત્વજ્ઞાનિને નમઃ .. ૬૨.. અક્ષોભ્યાયાનિરુદ્ધાય અપ્રમેયાય ભાનવે . અમૃતાય અનન્તાય અમિતાયામિતૌજસે .. ૬૩.. અપમૃત્યુવિનાશાય અપસ્મારવિઘાતિને . અન્નદાયાન્નરૂપાય અન્નાયાન્નભુજે નમઃ .. ૬૪.. નાદ્યાય નિરવદ્યાય વિદ્યાયાદ્ભુતકર્મણે . સદ્યોજાતાય સઙ્ઘાય વૈદ્યુતાય નમો નમઃ .. ૬૫.. અધ્વાતીતાય સત્ત્વાય વાગતીતાય વાગ્મિને . વાગીશ્વરાય ગોપાય ગોહિતાય ગવામ્પતે .. ૬૬.. ગન્ધર્વાય ગભીરાય

ગર્જિતાયોર્જિતાય ચ . પર્જન્યાય પ્રબુદ્ધાય પ્રધાનપુરુષાય ચ .. ૬૭.. પદ્માભાય સુનાભાય પદ્મનાભાય માનિને . પદ્મનેત્રાય પદ્માય પદ્માયાઃ પતયે નમઃ .. ૬૮.. પદ્મોદરાય પૂતાય પદ્મકલ્પોદ્ભવાય ચ . નમો હૃત્પદ્મવાસાય ભૂપદ્મોદ્ધરણાય ચ .. ૬૯.. શબ્દબ્રહ્મસ્વરૂપાય બ્રહ્મરૂપધરાય ચ . બ્રહ્મણે બ્રહ્મરૂપાય પદ્મનેત્રાય તે નમઃ .. ૭૦.. બ્રહ્મદાય બ્રાહ્મણાય બ્રહ્મબ્રહ્માત્મને નમઃ . સુબ્રહ્મણ્યાય દેવાય બ્રહ્મણ્યાય ત્રિવેદિને .. ૭૧.. પરબ્રહ્મસ્વરૂપાય પઞ્ચબ્રહ્માત્મને નમઃ . નમસ્તે બ્રહ્મશિરસે તદાઽશ્વશિરસે નમઃ .. ૭૨.. અથર્વશિરસે નિત્યમશનિપ્રમિતાય ચ . નમસ્તે તીક્ષ્ણદંષ્ટ્રાય લોલાય લલિતાય ચ .. ૭૩.. લાવણ્યાય લવિત્રાય નમસ્તે ભાસકાય ચ . લક્ષણજ્ઞાય લક્ષાય લક્ષણાય નમો નમઃ .. ૭૪.. લસદ્દીપ્તાય લિપ્તાય વિષ્ણવે પ્રભવિષ્ણવે . વૃષ્ણિમૂલાય કૃષ્ણાય શ્રીમહાવિષ્ણવે નમઃ .. ૭૫.. પશ્યામિ ત્વાં મહાસિંહં હારિણં વનમાલિનમ્ . કિરીટિનં કુણ્ડલિનં સર્વાઙ્ગં સર્વતોમુખમ્ .. ૭૬.. સર્વતઃ પાણિપાદોરં સર્વતોઽક્ષિ શિરોમુખમ્ . સર્વેશ્વરં સદાતુષ્ટં સમર્થં સમરપ્રિયમ્ .. ૭૭.. બહુયોજનવિસ્તીર્ણં બહુયોજનમાયતમ્ . બહુયોજનહસ્તાઙ્ઘ્રિં બહુયોજનનાસિકમ્ .. ૭૮.. મહારૂપં મહાવક્ત્રં મહાદંષ્ટ્રં મહાભુજમ્ . મહાનાદં મહારૌદ્રં મહાકાયં મહાબલમ્ .. ૭૯.. આનાભેર્બ્રહ્મણો રૂપમાગલાદ્વૈષ્ણવં તથા . આશીર્ષાદ્રન્ધ્રમીશાનં તદગ્રે સર્વતઃ શિવમ્ .. ૮૦.. નમોઽસ્તુ નારાયણ નારસિંહ નમોઽસ્તુ નારાયણ વીરસિંહ . નમોઽસ્તુ નારાયણ ક્રૂરસિંહ નમોઽસ્તુ નારાયણ દિવ્યસિંહ .. ૮૧.. નમોઽસ્તુ નારાયણ વ્યાઘ્રસિંહ નમોઽસ્તુ નારાયણ પુચ્છસિંહ . નમોઽસ્તુ નારાયણ પૂર્ણસિંહ નમોઽસ્તુ નારાયણ રૌદ્રસિંહ .. ૮૨.. નમો નમો ભીષણભદ્રસિંહ નમો નમો વિહ્વલનેત્રસિંહ . નમો નમો બૃંહિતભૂતસિંહ નમો નમો નિર્મલચિત્રસિંહ .. ૮૩.. નમો નમો નિર્જિતકાલસિંહ નમો નમઃ કલ્પિતકલ્પસિંહ . નમો નમો કામદકામસિંહ નમો નમસ્તે ભુવનૈકસિંહ .. ૮૪.. દ્યાવાપૃથિવ્યોરિદમન્તરં હિ વ્યાપ્તં ત્વયૈકેન દિશશ્ચ સર્વાઃ . દૃષ્ટ્વાદ્ભુતં રૂપમુગ્રં તવેદં લોકત્રયં પ્રવ્યથિતં મહાત્મન્ .. ૮૫.. અમી હિત્વા સુરસઙ્ઘા વિશન્તિ કેચિદ્ભીતાઃ પ્રાઞ્જલયો ગૃણન્તિ . સ્વસ્તીત્યુક્ત્વા મુનયઃ સિદ્ધસઙ્ઘાઃ સ્તુવન્તિ ત્વાં સ્તુતિભિઃ પુષ્કલાભિઃ .. ૮૬.. રુદ્રાદિત્યાવસવો યે ચ સાધ્યા વિશ્વેદેવા મરુતશ્ચોષ્મપાશ્ચ . ગન્ધર્વયક્ષાસુરસિદ્ધસઙ્ઘા વીક્ષન્તિ ત્વાં વિસ્મિતાશ્ચૈવ સર્વે .. ૮૭.. લેલિહ્યસે ગ્રસમાનઃ સમન્તાલ્લોકાન્સમગ્રાન્વદનૈર્જ્વલદ્ભિઃ . તેજોભિરાપૂર્ય જગત્સમગ્રં ભાસસ્તવોગ્રાઃ પ્રતપન્તિ વિષ્ણો .. ૮૮.. ભવિષ્ણુસ્ત્વં સહિષ્ણુસ્ત્વં ભ્રજિષ્ણુર્જિષ્ણુરેવ ચ . પૃથિવીમન્તરીક્ષં ત્વં પર્વતારણ્યમેવ ચ .. ૮૯.. કલાકાષ્ઠા વિલિપ્તસ્ત્વં મુહૂર્તપ્રહરાદિકમ્ . અહોરાત્રં ત્રિસન્ધ્યા ચ પક્ષમાસર્તુવત્સરાઃ .. ૯૦.. યુગાદિર્યુગભેદસ્ત્વં સંયુગો યુગસન્ધયઃ . નિત્યં નૈમિત્તિકં દૈનં મહાપ્રલયમેવ ચ .. ૯૧.. કરણં કારણં કર્તા ભર્તા હર્તા ત્વમીશ્વરઃ . સત્કર્તા સત્કૃતિર્ગોપ્તા સચ્ચિદાનન્દવિગ્રહઃ .. ૯૨.. પ્રાણસ્ત્વં પ્રાણિનાં પ્રત્યગાત્મા ત્વં સર્વદેહિનામ્ . સુજ્યોતિસ્ત્વં પરઞ્જ્યોતિરાત્મજ્યોતિઃ સનાતનઃ .. ૯૩.. જ્યોતિર્લોકસ્વરૂપસ્ત્વં ત્વં જ્યોતિર્જ્યોતિષાં પતિઃ . સ્વાહાકારઃ સ્વધાકારો વષટ્કારઃ કૃપાકરઃ .. ૯૪.. હન્તકારો નિરાકારો વેગકારશ્ચ શઙ્કરઃ . અકારાદિહકારાન્ત ઓઙ્કારો લોકકારકઃ .. ૯૫.. એકાત્મા ત્વમનેકાત્મા ચતુરાત્મા ચતુર્ભુજઃ . ચતુર્મૂર્તિશ્ચતુર્દંષ્ટ્રશ્ચતુર્વેદમયોત્તમઃ .. ૯૬.. લોકપ્રિયો લોકગુરુર્લોકેશો લોકનાયકઃ .

લોકસાક્ષી લોકપતિર્લોકાત્મા લોકલોચનઃ .. ૯૭.. લોકાધારો બૃહલ્લોકો લોકાલોકમયો વિભુઃ . લોકકર્તા વિશ્વકર્તા કૃતાવર્તઃ કૃતાગમઃ .. ૯૮..

અનાદિસ્ત્વમનન્તસ્ત્વમભૂતોભૂતવિગ્રહઃ . સ્તુતિઃ સ્તુત્યઃ સ્તવપ્રીતઃ સ્તોતા નેતા નિયામકઃ .. ૯૯.. ત્વં ગતિસ્ત્વં મતિર્મહ્યં પિતા માતા ગુરુઃ સખા . સુહૃદશ્ચાત્મરૂપસ્ત્વં ત્વાં વિના નાસ્તિ મે ગતિઃ .. ૧૦૦.. નમસ્તે મન્ત્રરૂપાય અસ્ત્રરૂપાય તે નમઃ . બહુરૂપાય રૂપાય પઞ્ચરૂપધરાય ચ .. ૧૦૧.. ભદ્રરૂપાય રૂઢાય યોગરૂપાય યોગિને . સમરૂપાય યોગાય યોગપીઠસ્થિતાય ચ .. ૧૦૨.. યોગગમ્યાય સૌમ્યાય ધ્યાનગમ્યાય ધ્યાયિને . ધ્યેયગમ્યાય ધામ્ને ચ ધામાધિપતયે નમઃ .. ૧૦૩.. ધરાધરાય ધર્માય ધારણાભિરતાય ચ . નમો ધાત્રે ચ સન્ધાત્રે વિધાત્રે ચ ધરાય ચ .. ૧૦૪.. દામોદરાય દાન્તાય દાનવાન્તકરાય ચ . નમઃ સંસારવૈદ્યાય ભેષજાય નમો નમઃ .. ૧૦૫.. સીરધ્વજાય શીતાય વાતાયાપ્રમિતાય ચ . સારસ્વતાય સંસારનાશનાયાક્ષ માલિને .. ૧૦૬.. અસિધર્મધરાયૈવ ષટ્કર્મનિરતાય ચ . વિકર્માય સુકર્માય પરકર્મવિધાયિને .. ૧૦૭.. સુશર્મણે મન્મથાય નમો વર્માય વર્મિણે . કરિચર્મવસાનાય કરાલવદનાય ચ .. ૧૦૮.. કવયે પદ્મગર્ભાય ભૂતગર્ભઘૃણાનિધે . બ્રહ્મગર્ભાય ગર્ભાય બૃહદ્ગર્ભાય ધૂર્જટે .. ૧૦૯.. નમસ્તે વિશ્વગર્ભાય શ્રીગર્ભાય જિતારયે . નમો હિરણ્યગર્ભાય હિરણ્યકવચાય ચ .. ૧૧૦.. હિરણ્યવર્ણદેહાય હિરણ્યાક્ષવિનાશિને . હિરણ્યકશિપોર્હન્ત્રે હિરણ્યનયનાય ચ .. ૧૧૧.. હિરણ્યરેતસે તુભ્યં હિરણ્યવદનાય ચ . નમો હિરણ્યશૃઙ્ગાય નિઃશૃઙ્ગાય શૃઙ્ગિણે .. ૧૧૨.. ભૈરવાય સુકેશાય ભીષણાયાન્ત્રિમાલિને . ચણ્ડાય રુણ્ડમાલાય નમો દણ્ડધરાય ચ .. ૧૧૩.. અખણ્ડતત્ત્વરૂપાય કમણ્ડલુધરાય ચ . નમસ્તે ખણ્ડસિંહાય સત્યસિંહાય તે નમઃ .. ૧૧૪.. નમસ્તે શ્વેતસિંહાય પીતસિંહાય તે નમઃ . નીલસિંહાય નીલાય રક્તસિંહાય તે નમઃ .. ૧૧૫.. નમો હારિદ્રસિંહાય ધૂમ્રસિંહાય તે નમઃ . મૂલસિંહાય મૂલાય બૃહત્સિંહાય તે નમઃ .. ૧૧૬.. પાતાલસ્થિતસિંહાય નમઃ પર્વતવાસિને . નમો જલસ્થસિંહાય અન્તરિક્ષસ્થિતાય ચ .. ૧૧૭.. કાલાગ્નિરુદ્રસિંહાય ચણ્ડસિંહાય તે નમઃ . અનન્તસિંહસિંહાય અનન્તગતયે નમઃ .. ૧૧૮.. નમો વિચિત્રસિંહાય બહુસિંહસ્વરૂપિણે . અભયઙ્કરસિંહાય નરસિંહાય તે નમઃ .. ૧૧૯.. નમોઽસ્તુ સિંહરાજાય નારસિંહાય તે નમઃ . સપ્તાબ્ધિમેખલાયૈવ સત્યસત્યસ્વરૂપિણે .. ૧૨૦.. સપ્તલોકાન્તરસ્થાય સપ્તસ્વરમયાય ચ . સપ્તાર્ચીરૂપદંષ્ટ્રાય સપ્તાશ્વરથરૂપિણે .. ૧૨૧.. સપ્તવાયુસ્વરૂપાય સપ્તચ્છન્દોમયાય ચ . સ્વચ્છાય સ્વચ્છરૂપાય સ્વચ્છન્દાય ચ તે નમઃ .. ૧૨૨.. શ્રીવત્સાય સુવેધાય શ્રુતયે શ્રુતિમૂર્તયે . શુચિશ્રવાય શૂરાય સુપ્રભાય સુધન્વિને .. ૧૨૩.. શુભ્રાય સુરનાથાય સુપ્રભાય શુભાય ચ . સુદર્શનાય સૂક્ષ્માય નિરુક્તાય નમો નમઃ .. ૧૨૪.. સુપ્રભાય સ્વભાવાય ભવાય વિભવાય ચ . સુશાખાય વિશાખાય સુમુખાય મુખાય ચ .. ૧૨૫.. સુનખાય સુદંષ્ટ્રાય સુરથાય સુધાય ચ . સાઙ્ખ્યાય સુરમુખ્યાય પ્રખ્યાતાય પ્રભાય ચ .. ૧૨૬.. નમઃ ખટ્વાઙ્ગહસ્તાય ખેટમુદ્ગરપાણયે . ખગેન્દ્રાય મૃગેન્દ્રાય નાગેન્દ્રાય દૃઢાય ચ .. ૧૨૭.. નાગકેયૂરહારાય નાગેન્દ્રાયાધમર્દિને . નદીવાસાય નગ્નાય નાનારૂપધરાય ચ .. ૧૨૮.. નાગેશ્વરાય નાગાય નમિતાય નરાય ચ . નાગાન્તકરથાયૈવ નરનારાયણાય ચ .. ૧૨૯..

નમો મત્સ્યસ્વરૂપાય કચ્છપાય નમો નમઃ . નમો યજ્ઞવરાહાય નરસિંહાય નમો નમઃ .. ૧૩૦.. વિક્રમાક્રાન્તલોકાય વામનાય મહૌજસે . નમો ભાર્ગવરામાય રાવણાન્તકરાય ચ .. ૧૩૧.. નમસ્તે બલરામાય કંસપ્રધ્વંસકારિણે . બુદ્ધાય બુદ્ધરૂપાય તીક્ષ્ણરૂપાય કલ્કિને .. ૧૩૨.. આત્રેયાયાગ્નિનેત્રાય કપિલાય દ્વિજાય ચ . ક્ષેત્રાય પશુપાલાય પશુવક્ત્રાય તે નમઃ .. ૧૩૩.. ગૃહસ્થાય વનસ્થાય યતયે બ્રહ્મચારિણે . સ્વર્ગાપવર્ગદાત્રે ચ તદ્ભોક્ત્રે ચ મુમુક્ષવે .. ૧૩૪.. શાલગ્રામનિવાસાય ક્ષીરાબ્ધિશયનાય ચ . શ્રીશૈલાદ્રિનિવાસાય શિલાવાસાય તે નમઃ .. ૧૩૫.. યોગિહૃત્પદ્મવાસાય મહાહાસાય તે નમઃ . ગુહાવાસાય ગુહ્યાય ગુપ્તાય ગુરવે નમઃ .. ૧૩૬.. નમો મૂલાધિવાસાય નીલવસ્ત્રધરાય ચ . પીતવસ્ત્રાય શસ્ત્રાય રક્તવસ્ત્રધરાય ચ .. ૧૩૭.. રક્તમાલાવિભૂષાય રક્તગન્ધાનુલેપિને . ધુરન્ધરાય ધૂર્તાય દુર્ધરાય ધરાય ચ .. ૧૩૮.. દુર્મદાય દુરન્તાય દુર્ધરાય નમો નમઃ . દુર્નિરીક્ષ્યાય નિષ્ઠાય દુર્દર્શાય દ્રુમાય ચ .. ૧૩૯.. દુર્ભેદાય દુરાશાય દુર્લભાય નમો નમઃ . દૃપ્તાય દૃપ્તવક્ત્રાય અદૃપ્તનયનાય ચ .. ૧૪૦.. ઉન્મત્તાય પ્રમત્તાય નમો દૈત્યારયે નમઃ . રસજ્ઞાય રસેશાય અરક્તરસનાય ચ .. ૧૪૧.. પથ્યાય પરિતોષાય રથ્યાય રસિકાય ચ . ઊર્ધ્વકેશોર્ધ્વરૂપાય નમસ્તે ચોર્ધ્વરેતસે .. ૧૪૨.. ઊર્ધ્વસિંહાય સિંહાય નમસ્તે ચોર્ધ્વબાહવે . પરપ્રધ્વંસકાયૈવ શઙ્ખચક્રધરાય ચ .. ૧૪૩.. ગદાપદ્મધરાયૈવ પઞ્ચબાણધરાય ચ . કામેશ્વરાય કામાય કામપાલાય કામિને .. ૧૪૪.. નમઃ કામવિહારાય કામરૂપધરાય ચ . સોમસૂર્યાગ્નિનેત્રાય સોમપાય નમો નમઃ .. ૧૪૫.. નમઃ સોમાય વામાય વામદેવાય તે નમઃ . સામસ્વનાય સૌમ્યાય ભક્તિગમ્યાય વૈ નમઃ .. ૧૪૬.. કૂષ્માણ્ડગણનાથાય સર્વશ્રેયસ્કરાય ચ . ભીષ્માય ભીષદાયૈવ ભીમવિક્રમણાય ચ .. ૧૪૭.. મૃગગ્રીવાય જીવાય જિતાયાજિતકારિણે . જટિને જામદગ્ન્યાય નમસ્તે જાતવેદસે .. ૧૪૮.. જપાકુસુમવર્ણાય જપ્યાય જપિતાય ચ . જરાયુજાયાણ્ડજાય સ્વેદજાયોદ્ભિજાય ચ .. ૧૪૯.. જનાર્દનાય રામાય જાહ્નવીજનકાય ચ . જરાજન્માદિદૂરાય પ્રદ્યુમ્નાય પ્રમોદિને .. ૧૫૦.. જિહ્વારૌદ્રાય રુદ્રાય વીરભદ્રાય તે નમઃ . ચિદ્રૂપાય સમુદ્રાય કદ્રુદ્રાય પ્રચેતસે .. ૧૫૧.. ઇન્દ્રિયાયેન્દ્રિયજ્ઞાય નમોઽસ્ત્વિન્દ્રાનુજાય ચ . અતીન્દ્રિયાય સારાય ઇન્દિરાપતયે નમઃ .. ૧૫૨.. ઈશાનાય ચ ઈડ્યાય ઈશિતાય ઇનાય ચ . વ્યોમાત્મને ચ વ્યોમ્ને ચ નમસ્તે વ્યોમકેશિને .. ૧૫૩.. વ્યોમાધારાય ચ વ્યોમવક્ત્રાયાસુરઘાતિને . નમસ્તે વ્યોમદંષ્ટ્રાય વ્યોમવાસાય તે નમઃ .. ૧૫૪.. સુકુમારાય રામાય શિશુચારાય તે નમઃ . વિશ્વાય વિશ્વરૂપાય નમો વિશ્વાત્મકાય ચ .. ૧૫૫.. જ્ઞાનાત્મકાય જ્ઞાનાય વિશ્વેશાય પરાત્મને . એકાત્મને નમસ્તુભ્યં નમસ્તે દ્વાદશાત્મને .. ૧૫૬.. ચતુર્વિંશતિરૂપાય પઞ્ચવિંશતિમૂર્તયે . ષડ્વિંશકાત્મને નિત્યં સપ્તવિંશતિકાત્મને .. ૧૫૭.. ધર્માર્થકામમોક્ષાય વિરક્તાય નમો નમઃ . ભાવશુદ્ધાય સિદ્ધાય સાધ્યાય શરભાય ચ .. ૧૫૮.. પ્રબોધાય સુબોધાય નમો બુધિપ્રિયાય ચ . સ્નિગ્ધાય ચ વિદગ્ધાય મુગ્ધાય મુનયે નમઃ .. ૧૫૯.. પ્રિયંવદાય શ્રવ્યાય સુક્સ્રુવાય શ્રિતાય ચ . ગૃહેશાય મહેશાય બ્રહ્મેશાય નમો નમઃ .. ૧૬૦.. શ્રીધરાય સુતીર્થાય હયગ્રીવાય તે નમઃ . ઉગ્રાય ઉગ્રવેગાય ઉગ્રકર્મરતાય ચ .. ૧૬૧.. ઉગ્રનેત્રાય વ્યગ્રાય સમગ્રગુણશાલિને . બાલગ્રહવિનાશાય પિશાચગ્રહઘાતિને .. ૧૬૨.. દુષ્ટગ્રહનિહન્ત્રે ચ

નિગ્રહાનુગ્રહાય ચ . વૃષધ્વજાય વૃષ્ણ્યાય વૃષાય વૃષભાય ચ .. ૧૬૩.. ઉગ્રશ્રવાય શાન્તાય નમઃ શ્રુતિધરાય ચ . નમસ્તે દેવદેવેશ નમસ્તે મધુસૂદન .. ૧૬૪.. નમસ્તે પુણ્ડરીકાક્ષ નમસ્તે દુરિતક્ષય . નમસ્તે કરુણાસિન્ધો નમસ્તે સમિતિઞ્જય .. ૧૬૫.. નમસ્તે નરસિંહાય નમસ્તે ગરુડધ્વજ . યજ્ઞનેત્ર નમસ્તેઽસ્તુ કાલધ્વજ જયધ્વજ .. ૧૬૬.. અગ્નિનેત્ર નમસ્તેઽસ્તુ નમસ્તે હ્યમરપ્રિય . મહાનેત્ર નમસ્તેઽસ્તુ નમસ્તે ભક્તવત્સલ .. ૧૬૭.. ધર્મનેત્ર નમસ્તેઽસ્તુ નમસ્તે કરુણાકર . પુણ્યનેત્ર નમસ્તેઽસ્તુ નમસ્તેઽભીષ્ટદાયક .. ૧૬૮.. નમો નમસ્તે દયાસિંહરૂપ નમો નમસ્તે નરસિંહરૂપ . નમો નમસ્તે રણસિંહરૂપ નમો નમસ્તે નરસિંહરૂપ .. ૧૬૯.. ઉદ્ધૃત્ય ગર્વિતં દૈત્યં નિહત્યાજૌ સુરદ્વિષમ્ . દેવકાર્યં મહત્કૃત્વા ગર્જસે સ્વાત્મતેજસા .. ૧૭૦.. અતિરુદ્રમિદં રૂપં દુસ્સહં દુરતિક્રમમ્ . દૃષ્ટ્વા તુ શઙ્કિતાઃ સર્વાદેવતાસ્ત્વામુપાગતાઃ .. ૧૭૧.. એતાન્પશ્ય મહેશાનં વ્રહ્માણં માં શચીપતિમ્ . દિક્પાલાન્ દ્વાદશાદિત્યાન્ રુદ્રાનુરગરાક્ષસાન્ .. ૧૭૨.. સર્વાન્ ઋષિગણાન્સપ્તમાતૃગૌરીં સરસ્વતીમ્ . લક્ષ્મીં નદીશ્ચ તીર્થાનિ રતિં ભૂતગાણાન્યપિ .. ૧૭૩.. પ્રસીદ ત્વં મહાસિંહ ઉગ્રભાવમિમં ત્યજ . પ્રકૃતિસ્થો ભવ ત્વં હિ શાન્તિભાવં ચ ધારય .. ૧૭૪.. ઇત્યુક્ત્વા દણ્ડવદ્ભૂમૌ પપાત સ પિતામહઃ . પ્રસીદ ત્વં પ્રસીદ ત્વં પ્રસીદેતિ પુનઃ પુનઃ .. ૧૭૫.. માર્કણ્ડેય ઉવાચ- દૃષ્ટ્વા તુ દેવતાઃ સર્વાઃ શ્રુત્વા તાં બ્રહ્મણો ગિરમ્ . સ્તોત્રેણાપિ ચ સંહૃષ્ટઃ સૌમ્યભાવમધારયત્ .. ૧૭૬.. અબ્રવીન્નારસિંહસ્તુ વીક્ષ્ય સર્વાન્સુરોત્તમાન્ . સંત્રસ્તાન્ ભયસંવિગ્નાન્ શરણં સમુપાગતાન્ .. ૧૭૭.. શ્રીનૃસિંહ ઉવાચ- ભો ભો દેવવરાઃ સર્વે પિતામહપુરોગમાઃ . શૃણુધ્વં મમ વાક્યં ચ ભવંતુ વિગતજ્વરાઃ .. ૧૭૮.. યદ્ધિતં ભવતાં નૂનં તત્કરિષ્યામિ સાંપ્રતમ્ . એવં નામસહસ્રં મે ત્રિસન્ધ્યં યઃ પઠેત્ શુચિઃ .. ૧૭૯.. શૃણોતિ વા શ્રાવયતિ પૂજાં તે ભક્તિસંયુતઃ . સર્વાન્કામાનવાપ્નોતિ જીવેચ્ચ શરદાં શતમ્ .. ૧૮૦.. યો નામભિર્નૃસિંહાદ્યૈરર્ચયેત્ક્રમશો મમ . સર્વતીર્થેષુ યત્પુણ્યં સર્વતીર્થેષુ યત્ફલમ્ .. ૧૮૧... સર્વ પૂજાસુ યત્પ્રોક્તં તત્સર્વં લભતે ભૃશમ્ . જાતિસ્મરત્વં લભતે બ્રહ્મજ્ઞાનં સનાતનમ્ .. ૧૮૨.. સર્વપાપવિનિર્મુક્તઃ તદ્વિષ્ણોઃ પરમં પદમ્ . મન્નામકવચં બધ્વા વિચરેદ્વિગતજ્વરઃ .. ૧૮૩.. ભૂતભેતાલકૂષ્માણ્ડ પિશાચવ્રહ્મરાક્ષસાઃ . શાકિનીડાકિનીજ્યેષ્ઠા નીલી બાલગ્રહાદિકાઃ .. ૧૮૪.. દુષ્ટગ્રહાશ્ચ નશ્યન્તિ યક્ષરાક્ષસપન્નગાઃ . યે ચ સન્ધ્યાગ્રહાઃ સર્વે ચાણ્ડાલગ્રહસંજ્ઞિકાઃ .. ૧૮૫.. નિશાચરગ્રહાઃ સર્વે પ્રણશ્યન્તિ ચ દૂરતઃ . કુક્ષિરોગં ચ હૃદ્રોગં શૂલાપસ્મારમેવ ચ .. ૧૮૬.. ઐકાહિકં દ્વ્યાહિકં ચાતુર્થિકમધજ્વરમ્ . આધયે વ્યાધયઃ સર્વે રોગા રોગાધિદેવતાઃ .. ૧૮૭.. શીઘ્રં નશ્યન્તિ તે સર્વે નૃસિંહસ્મરણાત્સુરાઃ . રાજાનો દાસતાં યાન્તિ શત્રવો યાન્તિ મિત્રતામ્ .. ૧૮૮.. જલાનિ સ્થલતાં યાન્તિ વહ્નયો યાન્તિ શીતતામ્ . વિષાણ્યપ્યમૃતા યાન્તિ નૃસિંહસ્મરણાત્સુરાઃ .. ૧૮૯.. રાજ્યકામો લભેદ્રાજ્યં ધનકામો લભેદ્ધનમ્ . વિદ્યાકામો લભેદ્વિદ્યાં બદ્ધો મુચ્યેત બન્ધનાત્ .. ૧૯૦.. વ્યાલવ્યાઘ્રભયં નાસ્તિ ચોરસર્પાદિકં તથા . અનુકૂલા ભવેદ્ભાર્યા લોકૈશ્ચ પ્રતિપૂજ્યતે .. ૧૯૧.. સુપુત્રં ધનધાન્યં ચ ભવન્તિ વિગતજ્વરાઃ . એતત્સર્વં સમાપ્નોતિ નૃસિંહસ્ય પ્રસાદતઃ .. ૧૯૨.. જલસન્તરણે ચૈવ પર્વતારણ્યમેવ ચ . વનેઽપિ વિચિરન્મર્ત્યો દુર્ગમે વિષમે પથિ .. ૧૯૩.. કલિપ્રવેશને ચાપિ નારસિંહં ન વિસ્મરેત્ . બ્રહ્મઘ્નશ્ચ પશુઘ્નશ્ચ ભ્રૂણહા

ગુરુતલ્પગઃ .. ૧૯૪.. મુચ્યતે સર્વપાપેભ્યઃ કૃતઘ્ન સ્ત્રીવિઘાતકઃ . વેદાનાં દૂષકશ્ચાપિ માતાપિતૃ વિનિન્દકઃ .. ૧૯૫.. અસત્યસ્તુ તેથા યજ્ઞ નિન્દકો લોકનિન્દકઃ . સ્મૃત્વા સકૃન્નૃસિંહ તુ મુચ્યતે સર્વકિલ્બષૈઃ .. ૧૯૬.. બહુનાત્ર કિમુક્તેન સ્મૃત્વા માં શુદ્ધમાનસઃ . યત્ર યત્ર ચરેન્મર્ત્યો નૃસિંહસ્તત્ર રક્ષતિ .. ૧૯૭.. ગચ્છન્ તિષ્ઠન્ શ્વપન્ભુઞ્જન્ જાગ્રન્નપિ હસન્નપિ . નૃસિંહેતિ નૃસિંહેતિ નૃસિંહેતિ સદા સ્મરન્ .. ૧૯૮.. પુમાન્નલિપ્યતે પાપૈર્ભુક્તિં મુક્તિં ચ વિન્દતિ . નારી સુભગતામેતિ સૌભાગ્યં ચ સ્વરૂપતામ્ .. ૧૯૯.. ભર્તુઃ પ્રિયત્વં લભતે ન વૈધવ્યં ચ વિન્દતિ . ન સપત્નીં ચ જન્માન્તે સમ્યક્ જ્ઞાની ભવેદ્વિજઃ .. ૨૦૦.. ભૂમિપ્રદક્ષિણાન્મર્ત્યો યત્ફલં લભતે ચિરાત્ . તત્ફલં લભતે નારસિંહમૂર્તિપ્રદક્ષિણાત્ .. ૨૦૧.. માર્કણ્ડેય ઉવાચ - ઇત્યુક્ત્વા દેવદેવેશો લક્ષ્મીમાલિઙ્ગ્ય લીલયા . પ્રહ્લાદસ્યાભિષેકં તુ બ્રહ્મણે ચોપદિષ્ટવાન્ .. ૨૦૨.. શ્રીશૈલસ્ય પ્રદાસે તુ લોકાનાં ચ હિતાય વૈ . સ્વરૂપં સ્થાપયામાસ પ્રકૃતિસ્થોઽભવત્તદા .. ૨૦૩.. બ્રહ્માપિ દૈત્યરાજાનં પ્રહ્લાદમભ્યષેચયત્ . દૈવતૈઃ સહ સુપ્રીતો હ્યાત્મલોલં યયૌ સ્વયમ્ .. ૨૦૪.. હિરણ્યકશિપોર્ભીત્યા પ્રપલાય શચીપતિઃ . સ્વર્ગરાજ્યપરિભ્રષ્ટો યુગાનામેકવિંશતિઃ .. ૨૦૫.. નૃસિંહેન હતે દૈત્યે સ્વર્ગલોકમવાપ સઃ . દિક્પાલશ્ચ સુસંપ્રાપ્તઃ સ્વસ્વસ્થાનમનુત્તમમ્ .. ૨૦૬.. ધર્મે મતિઃ સમસ્તાનાં પ્રજાનામભવત્તદા . એવં નામસહસ્રં મે બ્રહ્મણા નિર્મિતં પુરા .. ૨૦૭.. પુત્રાનધ્યાપયામાસ સનકાદીન્મહામતિઃ . ઊચુસ્તે ચ તતઃ સર્વલોકાનાં હિતકામ્યયા .. ૨૦૮.. દેવતા ઋષયઃ સિદ્ધા યક્ષવિદ્યાધરોરગાઃ . ગન્ધર્વાશ્ચ મનુષ્યાશ્ચ ઇહામુત્રફલૈષિણઃ .. ૨૦૯.. યસ્ય સ્તોત્રસ્ય પાઠાદ્ધિ વિશુદ્ધમનસોઽભવન્ . સનત્કુમારઃ સમ્પ્રાપ્તૌ ભારદ્વાજા મહામતિઃ .. ૨૧૦.. તસ્માદાઙ્ગિરસઃ પ્રાપ્તસ્તસ્માત્પ્રાપ્તો મહાક્રતુઃ . જગ્રાહ ભાર્ગવસ્તસ્માત્ અગ્નિમિત્રાય સોઽબ્રવીત્ .. ૨૧૧. જૈગીષવ્યાય સપ્રાહ સોઽબ્રવીચ્ચ્યવનાય ચ . તસ્માદુવાચ શાણ્ડિલ્યો ગર્ગાય પ્રાહ વૈ મુનિઃ .. ૨૧૨.. ક્રતુઞ્જયાય સ પ્રાહ જતુકર્ણ્યાય સંયમી . વિષ્ણુવૃદ્ધાય સોઽપ્યાહ સોઽપિ બોધાયનાય ચ .. ૨૧૩.. ક્રમાત્સ વિષ્ણવે પ્રાહ સ પ્રાહોદ્ધામકુક્ષયે . સિંહ તેજાશ્ચ તસ્માચ્ચ શ્રીપ્રિયાય દદૌ ચ નઃ .. ૨૧૪.. ઉપદિષ્ટોઽસ્મિ તેનાહમિદં નામસહસ્રકમ્ . તત્પ્રસાદાદમૃત્યુર્મે યસ્માત્કસ્માદ્ભયં ન હિ .. ૨૧૫.. મયા ચ કથિતં નારસિંહસ્તોત્રમિદં તવ . ત્વં હિ નિત્યં શુચિર્ભૂત્વા તમારાધય શાશ્વતમ્ .. ૨૧૬.. સર્વભૂતાશ્રયં દેવં નૃસિંહં ભક્તવત્સલમ્ . પૂજયિત્વા સ્તવં જપ્ત્વા હુત્વા નિશ્ચલમાનસઃ .. ૨૧૭.. પ્રાપ્યસે મહતીં સિદ્ધિં સર્વાન્કામાન્વરોત્તમાન્ . અયમેવ પરોધર્મસ્ત્વિદમેવ પરં તપઃ .. ૨૧૮.. ઇદમેવ પરં જ્ઞાનમિદમેવ મહદ્વ્રતમ્ . અયમેવ સદાચારસ્ત્વયમેવ સદા મખઃ .. ૨૧૯.. ઇદમેવ ત્રયો વેદાઃ સચ્છાસ્ત્રાણ્યાગમાનિ ચ . નૃસિંહમન્ત્રાદન્યચ્ચ વૈદિકં તુ ન વિદ્યતે .. ૨૨૦.. યદિહાસ્તિ તદન્યત્ર યન્નેહાસ્તિ ન તત્ક્વચિત્ . કથિતં તે નૃસિંહસ્ય ચરિતં પાપનાશનમ્ .. ૨૨૧.. સર્વમન્ત્રમયં તાપત્રયોપશમનં પરમ્ . સર્વાર્થસાધનં દિવ્યં કિં ભૂયઃ શ્રોતુમિચ્છસિ .. ૨૨૨.. ઇતિ શ્રીનૃસિંહપુરાણે નૃસિંહપ્રાદુર્ભાવે સર્વાર્થ સાધનં દિવ્યં શ્રીમદ્દિવ્યલક્ષ્મીનૃસિંહસહસ્રનામસ્તોત્રં સમ્પૂર્ણમ્ ..

2
કોણાર્કનું રહસ્યમય સૂર્ય મંદિર

13મી સદીમાં બનેલું કોણાર્ક સૂર્ય મંદિર, ભારતના ઓડિશા રાજ્યના પુરી જિલ્લામાં આવેલા કોણાર્ક શહેરમાં આવેલું છે. એવું માનવામાં આવે છે કે આ મંદિર પૂર્વીય ગંગા વંશના નરસિંહદેવ દ્વારા 1255 એડી માં બનાવવામાં આવ્યું હતું. તેનું નિર્માણ નિમાને કર્યું હતું. મંદિર સંકુલ વિસ્તરેલ પથ્થરના પૈડા, થાંભલા અને દિવાલો સાથે વિશાળ રથના

આકારમાં છે. સંરચનાનો મોટો ભાગ હવે ખંડેર હાલતમાં છે. આ મંદિર વિશ્વ ધરોહર સ્થળ છે અને તે ભારતના સાત અજાયબીઓની વિવિધ યાદીમાં પણ છે. આ મંદિર પુરીથી 35 કિમી અને ભુવનેશ્વરથી 65 કિમી દૂર આવેલું છે.

કોણાર્ક નામ એ સંસ્કૃત શબ્દો કોના, કોર્નર અથવા એન્ગલ અને ચાપ, સૂર્યનું સંયોજન છે, જે મંદિરમાં વર્ણવેલ સૂર્ય દેવતા સૂર્યને સમર્પિત હતું. એટલે કે, સૂર્યના વિવિધ ખૂણાઓની સ્થિતિ. આ મંદિર સૂર્યની વિવિધ સ્થિતિઓમાં મહત્વપૂર્ણ મહત્વ ધરાવે છે. યુરોપિયન ખલાસીઓ દ્વારા સ્મારકને બ્લેક પેગોડા કાલા પેગોડા પણ કહેવામાં આવતું હતું. તેનાથી વિપરીત, પુરીનું જગન્નાથ મંદિર સફેદ પેગોડા તરીકે જાણીતું હતું. બંને મંદિરો ખલાસીઓ માટે મહત્વપૂર્ણ સ્થળો તરીકે સેવા આપતા હતા. કોણાર્ક સૂર્ય મંદિર તેના ઈન્ફ્રાસ્ટ્રક્ચર માટે લોખંડના બીમનો ઉપયોગ કરે છે. મંદિરના નિર્માણ પાછળ બે સિદ્ધાંતો છે. પ્રથમ પુરગંગા વંશના 1078, 1434 નરસિંહદેવ 1238-1264 અથવા 1232-1255એ તેમના બંગાળના વિજયના સ્મારક તરીકે ચંદ્રભાગા નદીના કિનારે પ્રાચીન મૈત્રીયાર્ણા એટલે કે સાજેકના ખૂણામાં આ મંદિરની સ્થાપના કરી હતી. બીજું, પુરાણો અનુસાર શ્રી કૃષ્ણનો પુત્ર સામ્બ જેવો તેજસ્વી હતો. બધી સ્ત્રીઓએ જોયું. એક દિવસ જ્યારે સામ્બ નારદના આહ્વાનનો જવાબ આપવાનું ભૂલી ગયો, ત્યારે નારદના ખૂણામાં પ્રતિકારની લાગણી જન્મી. એક દિવસ જ્યારે કૃષ્ણ ગોપીઓ સાથે લીલા કરી રહ્યા હતા, ત્યારે સાંબ નારદની કુટીરમાં પ્રવેશ્યા. તેથી જ ગોપીઓની નજર તેમના પર પડી. ત્યારે કૃષ્ણ ખૂબ ગુસ્સે થયા અને તેમને શ્રાપ આપ્યો કે તે પોતાનું સ્વરૂપ ગુમાવશે. પછી દુ:ખમાં રડતા, તે દરિયા કિનારે કોનારામાં આવ્યા, સૂરજદેવને તીવ્ર તપસ્યાથી પ્રભાવિત કર્યા, પોતાનું ખોવાયેલું સ્વરૂપ પાછું મેળવ્યું અને સમુદ્ર કિનારે આ મંદિરની સ્થાપના કરી.

સૂર્યદેવની વિશાળ મૂર્તિ હવે મંદિરમાં નથી. બ્લેક કરાલ ગ્રાસની ઘણી ઇમારતો હવે ખંડેર હાલતમાં છે. આના અનેક કારણો છે. સૌ પ્રથમ, બંગાળના સુલતાન સુલેમાન ખાન કરણીના સેનાપતિ, કાલાપહાડના હુમલા દ્વારા સૌપ્રથમ કોણાર્ક મંદિરનો નાશ કરવામાં આવ્યો હતો. ઓરિસ્સાના ઈતિહાસ મુજબ 1508માં કાલાપહાડે કોણાર્ક પર હુમલો કર્યો હતો. બીજા નરસિંહદેવને મુસ્લિમ યુવતી સાથે લગ્ન કરવા બદલ હાંકી કાઢવામાં આવ્યો હતો. તેથી તેણે જાતે જ મંદિરનો નાશ કર્યો. ત્રીજું, 1626 માં, ખુર્દાના તત્કાલીન રાજા પુરુષોત્તમ દેવના પુત્ર નરશિમા દેવ સૂર્યની મૂર્તિને પુરીના જગન્નાથ મંદિરમાં લઈ ગયા. ત્યાં સૂર્ય અને ચંદ્રદેવની મૂર્તિઓ અલગ મંદિરમાં સ્થાપિત છે. માત્ર મૂર્તિઓ જ નહીં, તેમણે કોણાર્ક મંદિરથી પુરી મંદિર સુધી ઘણા કોતરેલા પથ્થરો પણ લીધા. તેણે પુરી જવા માટે નવગ્રહ પથ નામનો પથ્થરનો વિશાળ બ્લોક પણ લીધો. મરાઠા શાસન દરમિયાન કોણાર્ક મંદિરમાંથી ઘણી શિલ્પો અને પથ્થરના ટુકડા પુરી લઈ જવામાં આવ્યા હતા.

1779 માં, અરુણ કુંભા નામનો એક વિશાળ સ્તંભ કોણાર્કથી લાવવામાં આવ્યો અને પુરીના સિંહદ્વારાની સામે મૂકવામાં આવ્યો. તે સમયે મરાઠા પ્રશાસને કોણાર્કના નાટ મંડપને બિનજરૂરી ગણાવીને તોડી પાડ્યો હતો. સૂર્યદેવની મૂર્તિ હટાવ્યા બાદ કોણાર્કમાં પૂજા અને આરતી બંધ થઈ ગઈ. ચોથું, પોર્ટુગીઝ ચાંચિયાઓના વારંવારના હુમલાઓને

કારણે કોણાર્ક બંદર બંધ કરવામાં આવ્યું હતું. પોર્ટુગીઝ ચાંચિયાઓ માટે દરોડા પાડવાનું મુશ્કેલ બનાવવા માટે, પોર્ટુગીઝ ચાંચિયાઓએ કોણાર્ક મંદિરની ટોચ પર સ્થિત ખૂબ જ શક્તિશાળી ચુંબકનો નાશ કર્યો. 18મી સદી સુધીમાં, કોણાર્ક મંદિર તેની તમામ ભવ્યતા ગુમાવી ચૂક્યું હતું અને વેરાન પડી ગયું હતું. મંદિરના ઘણા ભાગો રેતી નીચે દટાયેલા છે. મંદિર પરિસર અને તેની આસપાસનો વિસ્તાર ધીમે ધીમે ગાઢ જંગલથી ઢંકાઈ ગયો છે. મંદિરની અંદર જંગલી પ્રાણીઓ રહે છે. કોણાર્ક મંદિર લૂંટારુઓ અને લૂંટારાઓનો અડ્ડો બની ગયું હતું. ત્યારે દિવસના અજવાળામાં પણ સામાન્ય લોકો ડરના કારણે તેની ત્રણેય સરહદે જતા ન હતા.

મંદિરની સામે નાટમંડપ છે. દેવદાસીઓ અહીં દેવતાઓ માટે પૂજા નૃત્ય કરતી હતી. મંદિરની અંદર નટમંદિર, ભોગમંદિર અને ગર્ભગૃહ છે. મંદિરની ઊંચાઈ લગભગ 857 ફૂટ છે. જો કે, મંદિરના ઘણા ભાગો હવે રેતીમાં દટાયેલા છે. મંદિરની દિવાલ હજુ પણ 200 ફૂટ ઉંચી છે. ઓરિસ્સા અને દ્રવિડિયન આર્કિટેક્ચરના સંયોજનમાં બનેલું આ મંદિર ગ્રે રેતીના પથ્થરમાં વિશાળ રથના આકારમાં બાંધવામાં આવ્યું છે. સૂર્યનો એક વિશાળ રથ સમુદ્રમાંથી ઉગે છે, તેની આગળ સાત જોડી ઘોડાઓ છે. સાત ઘોડા એટલે અઠવાડિયાના સાત દિવસ. આખું મંદિર વિશાળ પૈડાંની બાર જોડી પર બનેલું છે. ચબિષ્ટી ચક એટલે ચોવીસ કલાક. પૈડાંની કારીગરી મુલાકાતીઓ માટે મુખ્ય આકર્ષણ છે. દરેક વ્હીલ એક છાયા છે. વ્હીલના આંતરિક સ્પોક્સ એ સનડિયલના સમયના સ્પોક્સ છે. આઠ દાઢી એટલે આઠ વાગ્યા. આ સૂર્યાધ્યાયની મદદથી, સમય હજુ પણ ચોક્કસ રીતે જાણી શકાય છે. મંદિરના પ્રવેશદ્વાર પર બે યુદ્ધ હાથીઓ સાથે લડતા બે સિંહોની વિશાળ મૂર્તિઓ છે. છાયાદેવી અને માયા મંદિરોમાં ડાન્સ હોલ અને મંદિરો પણ છે.

મહામહિમાન્વિતં આદિત્યસ્તોત્રમ્

અથ શ્રીમદપ્પય્યદીક્ષિતવિરચિતં મહામહિમાન્વિતં આદિત્યસ્તોત્રમ્ .. વિસ્તારાયામમાનં દશભિરુપગતો યોજનાનાં સહસ્રૈઃ ચક્રે પઞ્ચારનાભિત્રિતયવતિ લસન્ નેમિષટ્કે નિવિષ્ટઃ . સપ્તચ્છન્દસ્તુરઙ્ગાહિતવહનધુરો હાયનાંશત્રિવર્ગ વ્યક્તાક્લૃપ્તાખિલાઙ્ગઃ સ્ફુરતુ મમ પુરઃ સ્યન્દનશ્ચણ્ડભાનોઃ .. ૧.. આદિત્યૈરપ્સરોભિર્મુનિભિરહિવરૈર્ગ્રામણીયાતુધાનૈઃ ગન્ધર્વૈર્વાલખિલ્યૈઃ પરિવૃતદશમાંશસ્ય કૃત્સ્નં રથસ્ય . મધ્યં વ્યાપ્યાધિતિષ્ઠન્ મણિરિવ નભસો મણ્ડલશ્ચણ્ડરશ્મેઃ બ્રહ્મજ્યોતિર્વિવર્તઃ શ્રુતિનિકરઘનીભાવરૂપઃ સમિન્ધે .. ૨.. નિર્ગચ્છન્તોઽર્કબિમ્બાન્ નિખિલજનિભૃતાં હાર્દનાડીપ્રવિષ્ટાઃ નાડ્યો વસ્વાદિબૃન્દારકગણમધુનસ્તસ્ય નાનાદિગુત્થાઃ . વર્ષન્તસ્તોયમુષ્ણં તુહિનમપિ જલાન્યાપિબન્તઃ સમન્તાત્ પિત્રાદીનાં સ્વધૌષધ્યમૃતરસકૃતો ભાન્તિ કાન્તિપ્રરોહાઃ.. ૩.. શ્રેષ્ઠાસ્તેષાં સહસ્રે ત્રિદિવવસુધયોઃ પઞ્ચદિગ્વ્યાપ્તિભાજાં શુભ્રાંશું તારકૌઘં શશિતનયમુખાન્ પઞ્ચ ચોલ્લાસયન્તઃ . આરોગો ભ્રાજમુખ્યાસ્ત્રિભુવનદહને સપ્તસૂર્યા ભવન્તઃ સર્વાન્ વ્યાધીન્ સુષુમ્નાપ્રભૃતય ઇહ મે સૂર્યપાદાઃ ક્ષિપન્તુ .. ૪.. આદિત્યાનાશ્રિતાઃ ષણ્ણવતિગુણસહસ્રાન્વિતા રશ્મયોઽન્યે માસે માસે

વિભક્તાસ્ત્રિભુવનભવનં પાવયન્તઃ સ્ફુરન્તિ . યેષાં ભુવ્યપ્રચારે જગદવનકૃતાં સપ્તરશ્મ્યુત્થિતાનાં સંસર્પે ચાધિમાસે વ્રતયજનમુખાઃ સત્ક્રિયાઃ ન ક્રિયન્તે .. ૫.. આદિત્યં મણ્ડલાન્તઃસ્ફુરદરુણવપુસ્તેજસા વ્યાપ્તવિશ્વં પ્રાતર્મધ્યાહ્નસાયં સમયવિભજનાદૃગ્યજુસ્સામસેવ્યમ્ . પ્રાપ્યં ચ પ્રાપકં ચ પ્રથિતમતિપથિજ્ઞાનિનામુત્તરસ્મિન્ સાક્ષાદ્ બ્રહ્મેત્યુપાસ્યં સકલભયહરાભ્યુદ્ગમં સંશ્રયામિ .. ૬.. યચ્છક્ત્યાઽધિષ્ઠિતાનાં તપનહિમજલોત્સર્જનાદિર્જગત્યામ્ આદિત્યાનામશેષઃ પ્રભવતિ નિયતઃ સ્વસ્વમાસાધિકારઃ . યત્ પ્રાધાન્યં વ્યનક્તિ સ્વયમપિ ભગવાન્ દ્વાદશસ્તેષુ ભૂત્વા તં ત્રૈલોક્યસ્ય મૂલં પ્રણમત પરમં દૈવતં સપ્તસપ્તિમ્ .. ૭.. સ્વઃસ્ત્રીગન્ધર્વયક્ષા મુનિવરભુજગા યાતુધાનાશ્ચ નિત્યં નૃત્તૈર્ગીતૈરભીશુગ્રહનુતિવહનૈરગ્રતઃ સેવયા ચ . યસ્ય પ્રીતિં વિતન્વન્ત્યમિતપરિકરા દ્વાદશ દ્વાદશૈતે હૃદ્યાભિર્વાલખિલ્યાઃ સરણિભણિતિભિસ્તં ભજે લોકબન્ધુમ્ .. ૮.. બ્રહ્માણ્ડે યસ્ય જન્મોદિતમુષસિ પરબ્રહ્મમુખ્યાત્મજસ્ય ધ્યેયં રૂપં શિરોદોશ્ચરણપદજુષા વ્યાહૃતીનાં ત્રયેણ . તત્ સત્યં બ્રહ્મ પશ્યામ્યહરહમભિધં નિત્યમાદિત્યરૂપં ભૂતાનાં ભૂનભસ્સ્વઃ પ્રભૃતિષુ વસતાં પ્રાણસૂક્ષ્માંશમેકમ્ .. ૯.. આદિત્યે લોકચક્ષુષ્યવહિતમનસાં યોગિનાં દૃશ્યમન્તઃ સ્વચ્છસ્વર્ણાભમૂર્તિં વિદલિતનલિનોદારદૃશ્યાક્ષિયુગ્મમ્ . ઋક્સામોદ્ગાનગેષ્ણં નિરતિશયલસલ્લોકકામેશભાવં સર્વાવદ્યોદિતત્વાદુદિતસમુદિતં બ્રહ્મ શમ્ભું પ્રપદ્યે .. ૧૦.. ઓમિત્યુદ્ગીથભક્તેરવયવપદવીં પ્રાપ્તવત્યક્ષરેઽસ્મિન્ યસ્યોપાસ્તિઃ સમસ્તં દુરિતમપનયત્વર્કબિમ્બે સ્થિતસ્ય . યત્ પૂજૈકપ્રધાનાન્યઘમખિલમપિ ઘ્નન્તિ કૃચ્છ્રવ્રતાનિ ધ્યાતઃ સર્વોપતાપાન્ હરતુ પરશિવઃ સોઽયમાદ્યો ભિષઙ્નઃ .. ૧૧.. આદિત્યે મણ્ડલાર્ચિઃ પુરુષવિભિદયાદ્યન્તમધ્યાગમાત્મ- ન્યાગોપાલાઙ્ગનાભ્યો નયનપથજુષા જ્યોતિષા દીપ્યમાનમ્ ગાયત્રીમન્ત્રસેવ્યં નિખિલજનધિયાં પ્રેરકં વિશ્વરૂપમ્ . નીલગ્રીવં ત્રિને(ણે)ત્રં શિવમનિશમુમાવલ્લભં સંશ્રયામિ .. ૧૨.. અભ્રાકલ્પઃ શતાઙ્ગઃ સ્થિરફણિતિમયં મણ્ડલં રશ્મિભેદાઃ સાહસ્રાસ્તેષુ સપ્ત શ્રુતિભિરભિહિતાઃ કિઞ્ચિદૂનાશ્ચ લક્ષાઃ . એકૈકેષાં ચતસ્રસ્તદનુ દિનમણેરાદિદેવસ્ય તિસ્રઃ ક્લૃપ્તાઃ તત્તત્પ્રભાવપ્રકટનમહિતાઃ સ્રગ્ધરા દ્વાદશૈતાઃ .. ૧૩.. દુઃસ્વપ્નં દુર્નિમિત્તં દુરિતમખિલમપ્યામયાનપ્યસાધ્યાન્ દોષાન્ દુઃસ્થાનસંસ્થગ્રહગણજનિતાન્ દુષ્ટભૂતાન્ ગ્રહાદીન્ . નિર્ધૂનોતિ સ્થિરાં ચ શ્રિયમિહ લભતે મુક્તિમભ્યેતિ ચાન્તે સઙ્કીર્ત્ય સ્તોત્રરત્નં સકૃદપિ મનુજઃ પ્રત્યહં પત્યુરહ્નામ્ .. ૧૪.. .. ઇતિ શ્રીમદપ્પય્યદીક્ષિતવિરચિતશ્રીમદાદિત્યસ્તોત્રરત્નમ્ ..

3
રહસ્યમય કૈલાશ પર્વત ભગવાન શિવનું નિવાસસ્થાન

હિંદુ ધર્મમાં કૈલાસ પર્વત પર ભગવાનનો વાસ હોવાથી ત્યાં જવાની મનાઈ છે. તિબેટીયન લોકવાયકા મુજબ, એકવાર મિલારેપા નામના બૌદ્ધ સાધુ કૈલાશ પર્વતની ટોચ પર પહોંચ્યા. જ્યારે તે પાછો ફર્યો ત્યારે તેણે બધાને ભગવાનના ઘરે ન જવા ચેતવણી આપી. હિન્દુ ધર્મમાં તે સ્વયં ભગવાનનો વાસ છે. સમગ્ર હિમાલયમાં કૈલાસ સૌથી આકર્ષક છે. આ રહસ્યમય અને દુર્ગમ પર્વત વિશે બહુ જાણીતું નથી. કૈલાશ પર્વત, તિબેટના ઉચ્ચપ્રદેશથી 22,000 ફૂટ ઉપર સ્થિત છે, તે બૌદ્ધો તેમજ હિંદુ સમુદાય માટે એક પવિત્ર સ્થળ છે. આ પિરામિડ આકારની ટેકરીમાં ઘણી પ્રાચીન ગુફાઓ અને ગ્રોટ્ટો છે. જ્યાં બૌદ્ધ અને હિન્દુ સાધુઓ મળી શકે છે. આ ઋષિઓ ઘણા વર્ષોથી પડદા પાછળ તપસ્યા કરી રહ્યા છે. દર વર્ષે ઘણા લોકો માનસ સરોબરની મુલાકાત લે છે. જો કે, અસ્પષ્ટ કુદરતી વાતાવરણને કારણે બહુ ઓછા લોકો આ યાત્રા પૂર્ણ કરી શકે છે. જોકે, અત્યાર સુધી કોઈ કૈલાશ પર્વતની ટોચ પર ચઢી શક્યું નથી. ચોક્કસ સમય પછી ત્યાં જવાની મનાઈ છે. હિંદુ ધર્મમાં કૈલાસ પર્વત પર ભગવાનનો વાસ હોવાથી ત્યાં જવાની મનાઈ છે. તિબેટીયન લોકવાયકા મુજબ, એકવાર મિલારેપા નામના બૌદ્ધ સાધુ કૈલાશ પર્વતની ટોચ પર પહોંચ્યા. જ્યારે તે પાછો ફર્યો ત્યારે તેણે બધાને ભગવાનના ઘરે ન જવા ચેતવણી આપી. માનસ સરબોર ઉપરાંત, કૈલાશ પર્વતની તળેટીમાં અન્ય અદ્ભુત હૃદયની વિશાળ હથેળી છે.

14,950 ફીટ પર, માનસ સરોવર વિશ્વના સૌથી ઊંચા તાજા પાણીના શરીરનું હૃદય છે. બીજી આશ્ચર્યજનક વાત એ છે કે પવન ગમે તેટલો જોરદાર હોય, માનસ સરોવરનું પાણી હંમેશા શાંત રહે છે પરંતુ રક્ષાતાલનું પાણી હંમેશા તોફાની રહે છે. કૈલાસ પર્વતને પૃથ્વીનું કેન્દ્ર કહેવામાં આવે છે. ઘણા લોકોનું કહેવું છે કે કૈલાશ પર્વત પરથી પાછા ફર્યા બાદ તેમના વાળ અને નખ અચાનક જ ઘણા લાંબા થઈ જાય છે. એવું કહેવાય છે કે એકવાર કેટલાક સાઇબેરીયન પર્વતારોહકો કૈલાશ પર્વતના પ્રતિબંધિત વિસ્તારમાં પ્રવેશ્યા હતા. તરત જ તેની ઉંમર કેટલાક દાયકાઓથી વધી અને એક વર્ષ પછી તે વૃદ્ધાવસ્થાને કારણે મૃત્યુ પામ્યો. 1999 માં, રશિયન નેત્ર ચિકિત્સક અર્નેસ્ટ મુલદાશેવે કૈલાશ પર્વતનું રહસ્ય ખોલવા માટે આ વિસ્તારની મુલાકાત લેવાનું નક્કી કર્યું.

તેમની પર્વતારોહણ ટીમમાં ભૂસ્તરશાસ્ત્રીઓ, ભૌતિકશાસ્ત્રીઓ અને ઇતિહાસકારોનો સમાવેશ થતો હતો. તેઓ ઘણા તિબેટીયન લામાઓને મળ્યા. પવિત્ર કૈલાસના સાનિધ્યમાં કેટલાય મહિના વિતાવ્યા. આ પછી તેણે એક પુસ્તક લખ્યું, આપણે ક્યાંથી આવીએ છીએ? તપાસ પછી, અર્નેસ્ટ મુલદાશેફે તારણ કાઢ્યું કે હકીકતમાં કૈલાશ પર્વત પર માનવ નિર્મિત પિરામિડ છે અને પિરામિડ પ્રાચીન સમયમાં બાંધવામાં આવ્યું હતું. તેઓએ દાવો કર્યો કે એક મોટો પિરામિડ ઘણા નાના પિરામિડથી ઘેરાયેલો છે અને ત્યાં ચમત્કારો થયા છે. ત્યાંથી પાછા ફર્યા પછી, અર્નેસ્ટ મુલ્દાશિફ લખે છે, 'રાત્રિના મૌનમાં, પર્વતની અંદરથી એક વિચિત્ર કાનાફૂસી આવે છે.

એક રાત્રે મારા બે સાથીઓ અને મેં એક ખડક વાંચન સાંભળ્યું. અને આ અવાજ કૈલાસ પર્વતના પેટમાંથી આવતો હતો. અમને લાગ્યું કે પિરામિડની અંદર કોઈ બીજું છે. તેમણે

આગળ લખ્યું, 'તિબેટીયન ગ્રંથોમાં કહેવામાં આવ્યું છે કે શમ્બાલા એક આધ્યાત્મિક દેશ છે, જે કૈલાશ પર્વતની ઉત્તર-પશ્ચિમમાં સ્થિત છે. વૈજ્ઞાનિક દૃષ્ટિકોણથી તેનો અભ્યાસ કરવો મારા માટે મુશ્કેલ છે. જો કે, હું સ્પષ્ટપણે કહી શકું છું કે કૈલાશ પર્વતનો વિસ્તાર સીધો પૃથ્વીના જીવન સાથે સંબંધિત છે. જ્યારે આપણે સન્યાસી સામ્રાજ્યો, પિરામિડ અને પથ્થરના અરીસાઓને સુઆયોજિત ડિઝાઇન બનાવતા જોઈએ છીએ, ત્યારે તે આપણને ગુસ્સે કરે છે! કારણ કે તે ડિઝાઇન ડીએનએ પરમાણુઓને અવકાશી રીતે સંગ્રહિત કરવા માટે ડિઝાઇન કરવામાં આવી હતી, નિકોલાઈ રોમાનોવ અને તેમની ટીમ, કૈલાશ પર્વત અને તેની આસપાસનો અભ્યાસ કરતા વૈજ્ઞાનિક, તિબેટીયન મંદિરમાં ધાર્મિક નેતાઓ સાથે મળ્યા હતા. તેમણે કહ્યું કે કૈલાશ પર્વતની આસપાસ એક ચમત્કારિક શક્તિ વહે છે.

સમગ્ર હિમાલયમાં કૈલાસ સૌથી આકર્ષક છે. આ રહસ્યમય અને દુર્ગમ પર્વત વિશે બહુ જાણીતું નથી. કૈલાશ પર્વત, તિબેટના ઉચ્ચપ્રદેશથી 22,000 ફૂટ ઉપર સ્થિત છે, તે બૌદ્ધો તેમજ હિંદુ સમુદાય માટે એક પવિત્ર સ્થળ છે. આ પિરામિડ આકારની ટેકરીમાં ઘણી પ્રાચીન ગુફાઓ અને ગ્રોટ્ટો છે. જ્યાં બૌદ્ધ અને હિન્દુ સાધુઓ મળી શકે છે. આ ઋષિઓ ઘણા વર્ષોથી પડદા પાછળ તપસ્યા કરી રહ્યા છે. દર વર્ષે ઘણા લોકો માનસ સરોબરની મુલાકાત લે છે. જો કે, અસ્પષ્ટ કુદરતી વાતાવરણને કારણે બહુ ઓછા લોકો આ યાત્રા પૂર્ણ કરી શકે છે. જોકે, અત્યાર સુધી કોઈ કૈલાશ પર્વતની ટોચ પર ચઢી શક્યું નથી. ચોક્કસ સમય પછી ત્યાં જવાની મનાઈ છે. હિંદુ ધર્મમાં કૈલાસ પર્વત પર ભગવાનનો વાસ હોવાથી ત્યાં જવાની મનાઈ છે. તિબેટીયન લોકવાયકા મુજબ, એકવાર

મિલારેપા નામના બૌદ્ધ સાધુ કૈલાશ પર્વતની ટોચ પર પહોંચ્યા. જ્યારે તે પાછો ફર્યો ત્યારે તેણે બધાને ભગવાનના ઘરે ન જવા ચેતવણી આપી. માનસ સરબોર ઉપરાંત, કૈલાશ પર્વતની તળેટીમાં અન્ય અદ્ભુત હૃદયની વિશાળ હથેળી છે. 14,950 ફીટ પર, માનસ સરોવર વિશ્વના સૌથી ઊંચા તાજા પાણીના શરીરનું હૃદય છે. બીજી આશ્ચર્યજનક વાત એ છે કે પવન ગમે તેટલો જોરદાર હોય, માનસ સરોવરનું પાણી હંમેશા શાંત રહે છે પરંતુ રક્ષાતાલનું પાણી હંમેશા તોફાની રહે છે. કૈલાસ પર્વતને પૃથ્વીનું કેન્દ્ર કહેવામાં આવે છે. ઘણા લોકોનું કહેવું છે કે કૈલાશ પર્વત પરથી પાછા ફર્યા બાદ તેમના વાળ અને નખ અચાનક જ ઘણા લાંબા થઈ જાય છે. એવું કહેવાય છે કે એકવાર કેટલાક સાઇબેરીયન પર્વતારોહકો કૈલાશ પર્વતના પ્રતિબંધિત વિસ્તારમાં પ્રવેશ્યા હતા. તરત જ તેનું આયુષ્ય કેટલાક દાયકાઓથી વધ્યું અને એક વર્ષ પછી તે વૃદ્ધાવસ્થાને કારણે મૃત્યુ પામ્યો. આધુનિક સંશોધનોમાં પણ પ્રાચીન માન્યતાઓના પુરાવા મળ્યા છે. રશિયન ભૂસ્તરશાસ્ત્રીઓ દાવો કરે છે કે કૈલાસ માત્ર એક પર્વત નથી. બલ્કે તેની સ્થિતિ અક્ષ કે ધરી જેવી છે. ઘણા લોકો વિચારે છે કે ગ્રહ બેલ લોકો આવીને કૈલાશ પર્વતને એક ડગલું આગળ લઈ ગયા છે. અને તે પિરામિડ છે! સૌથી આશ્ચર્યની વાત એ છે કે અત્યાર સુધી કોઈ કૈલાશ પર્વતને જીતી શક્યું નથી. વિશ્વના વિવિધ દેશોના પર્વતારોહકોએ પ્રયાસ કર્યો છે. પરંતુ તેના કોઈપણ પ્રયાસો સફળ થયા ન હતા. કૈલાસ માયાવી રહ્યો. પરંતુ આ ટેકરી દુસ્તર નથી. પર્વતારોહકોએ આના કરતાં વધુ દુર્ગમ શિખરો જીતી લીધા છે. પરંતુ કેટલાક રહસ્યમય કારણોસર કૈલાશ તેમના માટે અજેય છે. કૈલાસ શબ્દ સંસ્કૃતના સ્ફટિક શબ્દ પરથી આવ્યો છે. કારણ કે બરફથી ઢંકાયેલું કૈલાસ સ્ફટિક જેવું લાગે છે. તિબેટીયનમાં તેને ગંગો રિનપોચે કહેવામાં આવે છે. તિબેટમાં, બૌદ્ધ ગુરુ પદ્મસંભવને રિનપોચે કહેવામાં આવે છે. કૈલાશ પર્વતનું નામ તેમના નામ પરથી રાખવામાં આવ્યું છે. પૈસા એ બરફથી બનેલો અમૂલ્ય રત્ન છે.

તિબેટમાં એક પ્રાચીન દંતકથા છે કે ગુરુ મિલારપાઈ માત્ર કૈલાસની ટોચ પર પગ મૂકી શક્યા હતા. જ્યારે તે પાછો ફર્યો, ત્યારે તેણે તેમને પર્વત પર વિજય મેળવવાની મનાઈ કરી. કારણ કે જેની પાસે ચામડી નથી તે જ શિખર પર જઈ શકે છે. આધુનિક પર્વતારોહકો પણ કહે છે કે કૈલાશ પર્વત અત્યંત દુર્ગમ છે. આનું કારણ સ્પષ્ટ નથી. કૈલાશ પર્વતની તળેટીમાં માનસ સરોવર અને રક્ષાસ્થલ છે. આ બે સરોવરો એશિયાની કેટલીક સૌથી લાંબી નદીઓના સ્ત્રોત છે. 14,7950 ફૂટની ઊંચાઈએ આવેલું માનસ સરોવર વિશ્વનું સૌથી વધુ તાજા પાણીનું સરોવર છે. કુદરતની વિચિત્ર રચના! માનસ-રક્ષામાં બાજુમાં બે તળાવો છે. પણ એ મનમાં મધુર પાણી છે. અને રાક્ષસ ખારું પાણી. માનસ સરોવરનું પાણી શાંત છે. પરંતુ રક્ષા તાલનું પાણી તોફાની છે. રામાયણમાં કહેવાયું છે કે આ તળાવ શિવના પ્રખર ભક્ત રાવણ દ્વારા બનાવવામાં આવ્યું હતું.

કૈલાસ પર્વતની આબોહવામાં કંઈક એવું છે જે લોકોને વૃદ્ધ હોવાનો અનુભવ કરાવે છે. સામાન્ય રીતે, માનવ નખ અને વાળ જે દરે વધે છે, જો તમે કૈલાશ પર્વતોમાં ઓછામાં ઓછા 12 કલાક વિતાવો છો, તો આ વૃદ્ધિ દર બમણો થઈ જાય છે. ધ્યાનસ્થ મહાદેવનું ધામ કૈલાસ પર્વત આવા હજારો ચમત્કારોનો વાહક અને વાહક છે. કૈલાસ પર્વત, મહાદેવનું નિવાસસ્થાન. કૈલાસ નામથી આપણે બાળપણથી પરિચિત છીએ. આવી સ્થિતિમાં, આ સ્થળ ફરવા માટે પણ ખૂબ જ લોકપ્રિય છે. પરંતુ આજદિન સુધી ત્યાં કોઈ મુસાફરી કરી શક્યું નથી. જો કે ઉંચી ટેકરી પર ચડીને અમરનાથની યાત્રા કરવી શક્ય છે, પરંતુ જો તમે માઉન્ટ એવરેસ્ટ પણ તેની ઊંચાઈને કારણે ચઢો છો, તો કૈલાસની યાત્રા એ તમારી ચાનો કપ નથી. ઘણા પ્રયત્નો કર્યા પણ નિષ્ફળ ગયા. અદમ્ય કૈલાશ પર્વત 1. કૈલાશ પર્વતના શિખર પાસે, ઘણા લોકોએ ભયંકર તોફાનનો સામનો કર્યો અને તેઓ ઉભા થઈ શક્યા નહીં. 2. ઘણા લોકોને એવું વિચારીને ઉતાવળમાં નીચે ઉતરવાની ફરજ પડી

છે કે પોતાનું મૃત્યુ નજીક છે. 3. પિરામિડ કૈલાશ પર્વત જેવું લાગે છે, જે હિંદુ શતદ્રુ જેવી ચાર નદીઓથી ઘેરાયેલું છે. ઘણા એવું પણ કહે છે કે તે વિશ્વનો સૌથી મોટો પિરામિડ છે. તે પિરામિડની જેમ ઊભો છે, તેથી કદાચ કોઈ ઊભું ન થઈ શકે. 4. તમે કૈલાશ પહોંચો ત્યાં સુધીમાં તમે ખૂબ જ ઝડપથી વૃદ્ધ થઈ રહ્યા છો! એક તિબેટીયન ઋષિ કે જેમને કૈલાસની યાત્રા કરવાના પ્રયાસમાં દીક્ષા આપવામાં આવી હતી. પરંતુ તે નિષ્ફળ ગયો. ક્ષણભરમાં કેટલી ઉંમર વધી રહી છે. આટલું જ નહીં, તમે આગની મદદથી વેલ્ડીંગ પણ કરી શકો છો. 5. ઘણા લોકો કહે છે કે કૈલાશ સ્થાન બદલે છે, તેથી કૈલાસની યાત્રા શક્ય નથી. , વૈજ્ઞાનિકોનું કહેવું છે કે કૈલાશમાં કોઈ ચુંબકીય ક્ષેત્ર નથી. તેથી જ કેટલાક હોકાયંત્રો કામ કરતા નથી. , દેવતાઓ અને અશુદ્ધિઓએ તળાવને ઘેરી લીધું હોવાથી કોઈ કૈલાસ જઈ શક્યું નહીં. હર-પાર્વતી કૈલાશ પર્વતમાં રહે છે. હિન્દુ ધર્મની પરંપરાગત માન્યતાઓ. ચાલો હવે અમારી સાઇટ પરથી જાણીએ! કૈલાસ અને માનસ સરોવરને માત્ર હિંદુ ધર્મમાં જ નહીં પરંતુ બૌદ્ધ, જૈન અને વન ધર્મમાં પણ પવિત્ર સ્થાન માનવામાં આવે છે. કૈલાશ પર્વત કમળના ફૂલની પાંખડીઓની જેમ છ પર્વતમાળાઓથી ઘેરાયેલો છે.

22,000 ફૂટ ઉંચી કાળી ખડકની આ ટેકરીને પ્રાચીન કાળથી પૃથ્વીનો સ્તંભ માનવામાં આવે છે, જે પૃથ્વીના સમૂહને ધરાવે છે. આધુનિક સંશોધનોમાં પ્રાચીન માન્યતાઓના પુરાવા મળ્યા છે. રશિયન ભૂસ્તરશાસ્ત્રીઓ દાવો કરે છે કે કૈલાશ માત્ર એક પર્વત નથી પરંતુ તેની સ્થિતિ કાંતવાની કે ધરી જેવી છે.ઘણા લોકો એવું વિચારે છે કે બેલના લોકોએ એક ડગલું આગળ વધીને કૈલાસની ટેકરી બનાવી છે અને તે પિરામિડ છે! સંબંધિત છબી સૌથી અદ્ભુત બાબત એ છે કે કૈલાશ પર્વતને કોઈ જીતી શક્યું નથી, હજી પણ વિશ્વભરના પર્વતારોહકોએ પ્રયત્નો કર્યા છે, પરંતુ તેમાંથી કોઈ સફળ થયું નથી, કૈલાશ પ્રપંચી રહ્યો છે, પરંતુ આ પર્વત દુસ્તર નથી, પર્વતારોહકોએ અત્યાર સુધીના શિખરો જીતી લીધા છે આના કરતાં વધુ અદમ્ય છે, પરંતુ કેટલાક રહસ્યમય કારણોસર, કૈલાશ તેમના માટે અજેય છે છબી પરિણામ કૈલાશ પર્વત સંસ્કૃતમાં ક્રિસ્ટલ પરથી કૈલાસ શબ્દની ઉત્પત્તિ તિબેટમાં બરફથી ઢંકાયેલું કૈલાશ સ્ફટિક જેવું લાગે છે, તેનું નામ તિબેટમાં ગંગો રિનપોચે છે, બૌદ્ધ ગુરુ પદ્મસંભવને રિનપોચે પર્વત કૈલાશ કહેવામાં આવે છે તેમના નામ પરથી કૈલાશનું નામ રાખવામાં આવ્યું છે જેનો અર્થ છે કિંમતી બરફથી બનેલો EMS તિબેટમાં એક પ્રાચીન દંતકથા છે કે ગુરુ મિલારપાઈ જ કૈલાસના શિખર પર પગ મૂકી શક્યા હતા. જ્યારે તેઓ પાછા ફર્યા, ત્યારે તેમણે તેમને પર્વત પર વિજય મેળવવાની મનાઈ ફરમાવી, કારણ કે જેની પાસે ચામડી ન હતી તે જ ટોચ પર જઈ શકે. આધુનિક પર્વતારોહકો પણ કહે છે કે કૈલાશ પર્વત અત્યંત દુર્ગમ છે. આ બે સરોવર સરોવર અને રક્ષાતલ એશિયાની સૌથી લાંબી નદીઓના સ્રોત છે. 14,7950 ફૂટની ઉંચાઈ પર આવેલ માનસ સરોવર વિશ્વનું સૌથી ઉંચુ મીઠા પાણીનું સરોવર છે જે કુદરતની વિચિત્ર રચના છે! માનસ-રક્ષાની બાજુમાં બે સરોવરો છે પણ એ મનમાં મીઠું પાણી છે અને રાક્ષસને ખારું પાણી છે.માનસ સરોબરનું પાણી શાંત છે પણ રક્ષાના તાલનું પાણી રામાયણમાં કહેવાયું છે કે શિવના પ્રખર ભક્ત રાવણે તપસ્યા દ્વારા આ તળાવ બનાવ્યું હતું સંબંધિત છબી

ચાલો કૈલાસ-રહસ્યોમાંથી કેટલાક પર નજર કરીએ • પશ્ચિમ તિબેટમાં આવેલ આ પર્વત માત્ર હિન્દુઓ માટે જ નહીં, પણ જૈનો, બૌદ્ધો માટે પણ પવિત્ર છે. તિબેટનો પ્રાચીન 'વન' ધર્મ - દરેક વ્યક્તિ કૈલાસને પવિત્ર માને છે. તિબેટીયન તાંત્રિક પરંપરા અનુસાર, કૈલાશ તેમના દેવતા ડેમચામંગ્યનું નિવાસસ્થાન છે. હિન્દુઓ અનુસાર અહીં શિવનો વાસ છે.
જૈન વિચાર મુજબ, કૈલાસના રહેવાસીઓ તેમના પ્રથમ તીર્થંકર હતા. આ ત્રણેય ધર્મો અનુસાર કૈલાસ ચડવાની મનાઈ છે. • એક સમયે રશિયન નિષ્ણાતોએ કૈલાસને એક વિશાળ પિરામિડ તરીકે વર્ણવ્યું હતું. તેઓ એમ પણ કહે છે કે આ પર્વત માનવ નિર્મિત છે. તેઓ કૈલાસને ગુપ્ત સંપ્રદાયના પૂજા સ્થળ તરીકે ઓળખાવે છે. નજીકથી જોવાથી કૈલાસનો પિરામિડ આકાર જોવા મળે છે. સંબંધિત છબી Ø યુરોપના અકાલીઓ કૈલાસને વિશેષ મહત્વ આપે છે. તેમના મતે અહીં અલૌકિક ઊર્જાની સ્થિતિ છે. ઘણા લોકોના મતે, આ સ્થાન ફરીથી તમામ અલૌકિકનું કેન્દ્ર છે. પુરાણો અનુસાર, કૈલાસ પર્વતની ચાર ભુજાઓ સ્ફટિક, રુબી, સોના અને લેપિસ લાઝુલીથી બનેલી છે. આ માહિતી સાચી નથી. પરંતુ, દિવસના જુદા જુદા સમયે પ્રકાશમાં પડતા આ તમામ પથ્થરો અથવા ધાતુઓનો ભ્રમ કૈલાસ બનાવે છે. * કૈલાસ ક્ષેત્રમાં આવેલા તળાવોનો આકાર રહસ્યમય છે. માનસ સરોવર સંપૂર્ણ ગોળાકાર જળાશય છે. રાક્ષસ પામનો આકાર અર્ધચંદ્રાકાર આકારનો છે. અથવા તેઓ સૂર્ય અને ચંદ્રની શક્તિને વ્યક્ત કરે છે. કૈલાશ પર્વત માટે છબી પરિણામો • એટલું જ જાણીતું છે કે માત્ર 11મી સદીના તિબેટના સમ્રાટ મિલારપાઈ કૈલાશ પર્વત પર ચઢ્યા હતા. કૈલાશ પર્વતની આબોહવા વિશે કંઈક એવું છે જે લોકો વૃદ્ધ દેખાય છે. સામાન્ય રીતે, માનવ નખ અને વાળ જે દરે વધે છે, જો તમે કૈલાશ પર્વતમાં ઓછામાં ઓછા 12 કલાક વિતાવો છો, તો આ વૃદ્ધિ દર બમણો થઈ જાય છે. ધ્યાનસ્થ મહાદેવનું નિવાસસ્થાન કૈલાસ પર્વત હજારો અજાયબીઓનો વાહક છે. થોડા વર્ષો પહેલા એક રશિયન ડૉક્ટર કૈલાશ માન તળાવની મુલાકાતે ગયા હતા. તેમણે સફર પછી દાવો કર્યો કે કૈલાશ પર્વત પર વાસ્તવમાં એક પ્રાચીન પિરામિડ હતો અને પિરામિડ નાના પિરામિડથી ઘેરાયેલો હતો. તેના સ્ત્રોતો મેક્સિકોમાં ગીઝા અને ટિયોતિહુઆકનના પિરામિડ સાથે જોડાયેલા છે. હિમાલયમાં સમુદ્ર સપાટીથી 8,618 મીટરની ઉંચાઈ પર સ્થિત કૈલાશ પર્વત હિંદુઓ, બૌદ્ધો અને જૈનો દ્વારા પવિત્ર સ્થળ માનવામાં આવે છે. હિંદુ પૌરાણિક કથાઓ અનુસાર ભગવાન શિવ આ પર્વત પર રહેતા હતા. અને ત્યાં તેને દફનાવવામાં આવે છે. તિબેટીયન બૌદ્ધો અનુસાર, કૈલાશ પર્વતના પ્રમુખ દેવતા બુદ્ધ ડેમચોક (ધર્મપાલ) છે, જે સંપૂર્ણ આનંદનું પ્રતીક છે. અને જૈન ધર્મમાં કૈલાસને અષ્ટપદ કહેવામાં આવે છે. તેમના મતે, પ્રથમ તીર્થંકર ઈશ્વરદેવને અહીં શાંતિ મળી હતી.
આજ સુધી કોઈ મનુષ્ય આ પર્વત પર ચઢી શક્યો નથી. જેણે આ પર્વત પર ચઢવાનો પ્રયાસ કર્યો તે મૃત્યુ પામ્યો. અને તેના વિશે ઘણી ચર્ચા છે. કૈલાશ પર્વતની ધાર્મિક આસ્થાને ધ્યાનમાં રાખીને ચીનની સરકારે ત્યાં ચઢવા પર પ્રતિબંધ મૂક્યો છે. એવું પણ કહેવાય છે કે 19મી અને 20મી સદીમાં કેટલાક પર્વતારોહકોએ પર્વત પર ચઢવાનો પ્રયાસ કર્યો હતો, પરંતુ તે બધા ગાયબ થઈ ગયા હતા. અર્ન્સ્ટ મુલદાશેવ, એક રશિયન

ડૉક્ટર, તેમના સંસ્મરણોમાં લખે છે કે તેમને એકવાર સાઇબેરીયન ક્લાઇમ્બર્સ દ્વારા કહેવામાં આવ્યું હતું કે કેટલાક ક્લાઇમ્બર્સ કૈલાશ પર્વત પર ચોક્કસ બિંદુએ પહોંચ્યા હતા. અને એક વર્ષ પછી તે વૃદ્ધાવસ્થાને કારણે મૃત્યુ પામ્યો. પ્રખ્યાત રશિયન ચિત્રકાર નિકોલાઈ રોરીચ અનુસાર, કૈલાસની આસપાસ શંભલા નામનું રહસ્યવાદી રાજ્ય છે. ત્યાં માત્ર તપસ્વીઓ જ રહે છે. અર્નેસ્ટ મુલદાશેવ 1999 માં, રશિયન નેત્ર ચિકિત્સક અર્નેસ્ટ મુલદાશેવે કૈલાશ પર્વતનું રહસ્ય ખોલવા માટે આ વિસ્તારની મુલાકાત લેવાનું નક્કી કર્યું. તેમની પર્વતારોહણ ટીમમાં ભૂસ્તરશાસ્ત્રીઓ, ભૌતિકશાસ્ત્રીઓ અને ઇતિહાસકારોનો સમાવેશ થતો હતો. તેઓ ઘણા તિબેટીયન લામાઓને મળ્યા. પવિત્ર કૈલાસના સાનિધ્યમાં કેટલાય મહિના વિતાવ્યા. આ પછી તેણે એક પુસ્તક લખ્યું, આપણે ક્યાંથી આવીએ છીએ?

અર્નેસ્ટ મુલદાશેફે તારણ કાઢ્યું કે કૈલાશ પર્વત પર હકીકતમાં માનવ નિર્મિત પિરામિડ છે અને પિરામિડ પ્રાચીન સમયમાં બાંધવામાં આવ્યું હતું. તેઓએ દાવો કર્યો કે એક મોટો પિરામિડ ઘણા નાના પિરામિડથી ઘેરાયેલો છે અને ત્યાં ચમત્કારો થયા છે. ત્યાંથી પાછા ફર્યા પછી, અર્નેસ્ટ મુલ્દાશિફ લખે છે, 'રાત્રિના મૌનમાં, પર્વતની અંદરથી એક વિચિત્ર કાનાફૂસી આવે છે. એક રાત્રે મારા બે સાથીઓ અને મેં એક ખડક વાંચન સાંભળ્યું. અને આ અવાજ કૈલાસ પર્વતના પેટમાંથી આવતો હતો. અમને લાગ્યું કે પિરામિડની અંદર કોઈ બીજું છે. તેમણે આગળ લખ્યું, 'તિબેટીયન ગ્રંથોમાં કહેવામાં આવ્યું છે કે શમ્બાલા એક આધ્યાત્મિક દેશ છે, જે કૈલાશ પર્વતની ઉત્તર-પશ્ચિમમાં સ્થિત છે. વૈજ્ઞાનિક દૃષ્ટિકોણથી તેનો અભ્યાસ કરવો મારા માટે મુશ્કેલ છે. જો કે, હું સ્પષ્ટપણે કહી શકું છું કે કૈલાશ પર્વતનો વિસ્તાર સીધો પૃથ્વીના જીવન સાથે સંબંધિત છે. જ્યારે આપણે સન્યાસી સામ્રાજ્યો, પિરામિડ અને પથ્થરના અરીસાઓને સુઆયોજિત ડિઝાઇન બનાવતા જોઈએ છીએ, ત્યારે તે આપણને ગુસ્સે કરે છે! કારણ કે તે ડિઝાઇન ડીએનએ પરમાણુઓને અવકાશી રીતે સંગ્રહિત કરવા માટે ડિઝાઇન કરવામાં આવી હતી, નિકોલાઈ રોમાનોવ અને તેમની ટીમ, કૈલાશ પર્વત અને તેની આસપાસનો અભ્યાસ કરતા વૈજ્ઞાનિક, તિબેટીયન મંદિરમાં ધાર્મિક નેતાઓ સાથે મળ્યા હતા. તેમણે કહ્યું કે કૈલાશ પર્વતની આસપાસ એક ચમત્કારિક શક્તિ વહે છે.

અર્ધનારીશ્વરસ્તોત્રમ્

ચામ્પેયગૌરાર્ધશરીરકાયૈ કર્પૂરગૌરાર્ધશરીરકાય . ધમ્મિલ્લકાયૈ ચ જટાધરાય નમઃ શિવાયૈ ચ નમઃ શિવાય .. ૧.. કસ્તૂરિકાકુઙ્કુમચર્ચિતાયૈ ચિતારજઃપુઞ્જવિચર્ચિતાય . કૃતસ્મરાયૈ વિકૃતસ્મરાય નમઃ શિવાયૈ ચ નમઃ શિવાય .. ૨.. ઝણત્ક્વણત્કઙ્કણનૂપુરાયૈ પાદાબ્જરાજત્ફણિનૂપુરાય . હેમાઙ્ગદાયૈ ભુજગાઙ્ગદાય નમઃ શિવાયૈ ચ નમઃ શિવાય .. ૩.. વિશાલનીલોત્પલલોચનાયૈ વિકાસિપઙ્કેરુહલોચનાય . સમેક્ષણાયૈ વિષમેક્ષણાય નમઃ શિવાયૈ ચ નમઃ શિવાય .. ૪.. મન્દારમાલાકલિતાલકાયૈ કપાલમાલાઙ્કિતકન્ધરાય . દિવ્યામ્બરાયૈ ચ દિગમ્બરાય નમઃ શિવાયૈ ચ નમઃ શિવાય .. ૫.. અમ્ભોધરશ્યામલકુન્તલાયૈ તડિત્પ્રભાતામ્રજટાધરાય . નિરીશ્વરાયૈ નિખિલેશ્વરાય નમઃ

શિવાયૈ ચ નમઃ શિવાય .. ૬.. પ્રપઞ્ચસૃષ્ટ્યુન્મુખલાસ્યકાયૈ સમસ્તસંહારકતાણ્ડવાય . જગજ્જનન્યૈ જગદેકપિત્રે નમઃ શિવાયૈ ચ નમઃ શિવાય .. ૭.. પ્રદીપ્તરત્નોજ્જ્વલકુણ્ડલાયૈ સ્ફુરન્મહાપન્નગભૂષણાય . શિવાન્વિતાયૈ ચ શિવાન્વિતાય નમઃ શિવાયૈ ચ નમઃ શિવાય .. ૮.. એતત્પઠેદષ્ટકમિષ્ટદં યો ભક્ત્યા સ માન્યો ભુવિ દીર્ઘજીવી . પ્રાપ્નોતિ સૌભાગ્યમનન્તકાલં ભૂયાત્સદા તસ્ય સમસ્તસિદ્ધિઃ .. ૯.. ઇતિ શ્રીમત્પરમહંસપરિવ્રાજકાચાર્યસ્ય શ્રીગોવિન્દભગવત્પૂજ્યપાદશિષ્યસ્ય શ્રીમચ્છંકરભગવતઃ કૃતૌ અર્ધનારીશ્વરસ્તોત્રમ્ સંપૂર્ણમ્ ..

ભૂતાધિપસ્તોત્રમ્

ભૂતાધિપં ભજે ભૂતાધિપં - દિવ્યભૂતાધિપં ભજે ભૂતાધિપમ્ .. ૧ દેવારિમર્દનં ભૂતાધિપં ભૂ-તગણસુવન્દિતં ભૂતાધિપમ્ .. ૨ દેવેન્દ્રવન્દિતં ભૂતાધિપં - ભક્ત-વૃન્દબહુસ્તુતં ભૂતાધિપમ્ .. ૩ કારુણ્ય વીક્ષણં ભૂતાધિપં - શ્રી-ગજમુખસોદરં ભૂતાધિપમ્ .. ૪ શ્રીકુણ્ડલાઞ્ચિતં ભૂતાધિપં શ્રી-મણિકણ્ઠભાસુરં ભૂતાધિપમ્ .. ૫ નાળીકલોચનં ભૂતાધિપં શ્રી-કાલામ્બુદશ્યાળં ભૂતાધિપમ્ .. ૬ નાનાર્થ દાયકં ભૂતાધિપં કલિ-દોષદાવાનલં ભૂતાધિપમ્ .. ૭ દીનાર્તિ ભઞ્જનં ભૂતાધિપં સુ-ભક્તજનતારકં ભૂતાધિપમ્ .. ૮ પાણ્ડ્યેશસેવકં ભૂતાધિપં પાણ્ડ્ય-વંશસુરક્ષિતં ભૂતાધિપમ્ .. ૯ ક્લેશપાશક્ષતિં ભૂતાધિપં ક્લિષ્ટ-જનરક્ષકં ભૂતાધિપમ્ .. ૧૦ સંસારતારકં ભૂતાધિપં શત્રુ-કુલધ્વંસકં ભૂતાધિપમ્ .. ૧૧ પુણ્યલોકાશ્રયં ભૂતાધિપં પુણ્ય-જનપૂજિતં ભૂતાધિપમ્ .. ૧૨ આશ્રિતવત્સલં ભૂતાધિપં વિશ્વ-વિશ્રુતવિગ્રહં ભૂતાધિપમ્ .. ૧૩ કલ્યાણદાયકં ભૂતાધિપં સુ-કીર્તન સક્ત ચિત્તં ભૂતાધિપમ્ .. ૧૪ કિરાતવપુષં ભૂતાધિપં મૃગ-યાવનસ્થિતં ભૂતાધિપમ્ .. ૧૫ અજ્ઞાનનાશનં ભૂતાધિપં સુ-વિજ્ઞાનદાયકં ભૂતાધિપમ્ .. ૧૬ અદ્ભુતવિગ્રહં ભૂતાધિપં અણિ-માદિસિદ્ધિદં ભૂતાધિપમ્ .. ૧૭ સમસ્તૈકનાથં ભૂતાધિપં તાપ-ત્રયશાન્તિદં ભૂતાધિપમ્ .. ૧૮ ભૂતાધિપ સ્તોત્રં સમાપ્તમ્ ..

શ્રીભૂતનાથ કરાવલમ્બસ્તવઃ

ઓઙ્કારરૂપ શબરીવરપીઠદીપ શૃઙ્ગાર રઙ્ગ રમણીય કલાકલાપ અઙ્ગાર વર્ણ મણિકણ્ઠ મહત્પ્રતાપ શ્રી ભૂતનાથ મમ દેહિ કરાવલમ્બમ્ .. ૧ નક્ષત્રચારુનખરપ્રદ નિષ્કળઙ્ક નક્ષત્રનાથમુખ નિર્મલ ચિત્તરઙ્ગ કુક્ષિસ્થલ સ્થિરચરાચર ભૂતસંઘ શ્રી ભૂતનાથ મમ દેહિ કરાવલમ્બમ્ .. ૨ મન્ત્રાર્થ તત્ત્વનિગમાર્થ મહાવરિષુ યન્ત્રાદિ તન્ત્ર વર વર્ણિત પુષ્કલેષ્ટ સન્ત્રાસિતારિકુલ પદ્મસુખોપવિષ્ટ શ્રી ભૂતનાથ મમ દેહિ કરાવલમ્બમ્ .. ૩ શિક્ષાપરાયણ શિવાત્મજસર્વભૂત રક્ષાપરાયણ ચરાચરહેતુભૂત અક્ષય્ય મઙ્ગળ વરપ્રદ ચિત્પ્રબોધ શ્રી ભૂતનાથ મમ દેહિ કરાવલમ્બમ્ .. ૪ વાગીશ વર્ણિત વિશિષ્ટ વચોવિલાસ યોગીશ યોગકર યાગફલપ્રકાશ યોગેશયોગિ પરમાત્મહિતોપદેશ શ્રી ભૂતનાથ મમ દેહિ કરાવલમ્બમ્ .. ૫ યક્ષેશપૂજ્ય નિધિસઞ્ચય નિત્યપાલ યક્ષીશ કાંક્ષિત સુલક્ષણ લક્ષ્યમૂલ અક્ષીણ પુણ્યનિજ ભક્તજનાનુકૂલ શ્રી ભૂતનાથ મમ દેહિ કરાવલમ્બમ્ .. ૬ સ્વામિન્ પ્રભારમણ ચન્દનલિપ્તદેહ ચામીકરાભરણ ચારુતુરઙ્ગવાહ શ્રીમદ્સુરાભરણ શાસ્વતસમત્સમૂહ શ્રી ભૂતનાથ મમ દેહિ કરાવલમ્બમ્ .. ૭ આતામ્રહોરુચિરઞ્જિતાઙ્ગુગાત્ર

વેદાન્તવેદ્ય વિધિવર્ણિત વીર્યવેત્ર પાદારવિન્દ પરિપાવનભક્તમિત્ર શ્રી ભૂતનાથ મમ દેહિ કરાવલમ્બમ્ .. ૮ બાલામૃતાંશુ પરિશોભિત ફાલપટ્ટ નીલાળિપાળિઘનકુન્તળ દિવ્યસૂત્ર લીલાવિનોદ મૃગયાપર સચરિત્ર શ્રી ભૂતનાથ મમ દેહિ કરાવલમ્બમ્ .. ૯ ભૂતિપ્રદાયક જગત્ પ્રથિતપ્રતાપ ભીતિપ્રમોચક વિશાલકલાકલાપ બોધપ્રદીપ ભવતાપહર સ્વરૂપ શ્રી ભૂતનાથ મમ દેહિ કરાવલમ્બમ્ .. ૧૦ વેતાળભૂતપરિવારવિનોદશીલ પાતાળભૂમિ સુરલોક સુખાનુકૂલ નાદાન્તરઙ્ગ નતકલ્પક ધર્મપાલ શ્રી ભૂતનાથ મમ દેહિ કરાવલમ્બમ્ .. ૧૧ શાર્દૂલદુગ્ધહર સર્વરુજાપહાર શાસ્ત્રાનુસારપરસાત્વિક હૃદ્વિહાર શસ્ત્રાસ્ત્ર શક્તિધર મૌક્તિકમુગ્ધહાર શ્રી ભૂતનાથ મમ દેહિ કરાવલમ્બમ્ .. ૧૨ આદિત્યકોટિરુચિરઞ્જિત વેદસાર આધારભૂત ભુવનૈક હિતાવતાર આધિપ્રમાથિ પદસારસ પાપદૂર શ્રી ભૂતનાથ મમ દેહિ કરાવલમ્બમ્ .. ૧૩ પઞ્ચાદ્રિવાસ પરમાદ્ભુતભાવનીય પઞ્છાવતંસમકુટોજ્વલ પૂજનીય વાઞ્છાનુકૂલ વરદાયક સત્સહાય શ્રી ભૂતનાથ મમ દેહિ કરાવલમ્બમ્ .. ૧૪ હિંસાવિહીન શરણાગતપારિજાત સંસારસાગર સમુત્તરણૈકપોત હંસાદિસેવિતવિભો પરમાત્મબોધ શ્રી ભૂતનાથ મમ દેહિ કરાવલમ્બમ્ .. ૧૫ કુમ્ભીન્દ્રકેસરિતુરઙ્ગવાહ તુઙ્ગ- ગંભીર વીરમણિકણ્ઠ વિમોહનાઙ્ગ કુંભોત્ભવાદિવરતાપ સચ્ચિત્તરઙ્ગ શ્રી ભૂતનાથ મમ દેહિ કરાવલમ્બમ્ .. ૧૬ સમ્પૂર્ણ ભક્તવર સન્તતિદાન શીલ સમ્પત્સુખપ્રદ સનાતન ગાનલોલ સમ્પૂરિતાખિલ ચરાચર લોકપાલ શ્રી ભૂતનાથ મમ દેહિ કરાવલમ્બમ્ .. ૧૭ વીરાસનસ્થિત વિચિત્રવનાધિવાસ નારાયણપ્રિય નટેશ મનોવિલાસ વારાશિપૂર્ણ કરુણામૃત વાગ્વિકાસ શ્રી ભૂતનાથ મમ દેહિ કરાવલમ્બમ્ .. ૧૮ ક્ષિપ્રપ્રસાદક સુરાસુરસેવ્યપાદ વિપ્રાદિવન્દિત વરપ્રદ સુપ્રસાદ વિભ્રાજમાન મણિકણ્ઠ વિનોદભૂત શ્રી ભૂતનાથ મમ દેહિ કરાવલમ્બમ્ .. ૧૯ કોટીરચારુતર કોટિદિવાકરાભ પાટીરપઙ્કકળભપ્રિય પૂર્ણશોભ વાટીવનાન્તર વિહારવિચિત્રરૂપ શ્રી ભૂતનાથ મમ દેહિ કરાવલમ્બમ્ .. ૨૦ દુર્વારદુઃખહર દીનજનાનુકૂલ દુર્વાસ આદ્યઋષિવરાર્ચિતપાદમૂલ દર્વીકરેન્દ્રમણિભૂષણ ધર્મપાલ શ્રી ભૂતનાથ મમ દેહિ કરાવલમ્બમ્ .. ૨૧ નૃત્તાભિરમ્ય નિગમાગમ સાક્ષિભૂત ભક્તાનુગમ્ય પરમાત્ભુત હૃત્પ્રબોધ સત્તાપસાર્ચિત સનાતન મોક્ષભૂત શ્રી ભૂતનાથ મમ દેહિ કરાવલમ્બમ્ .. ૨૨ કન્દર્પકોટિ કમનીયતરાવતાર મન્દાર કુન્દ સુમવૃન્દ મનોજ્ઞહાર મન્દાકિનીતટવિહાર વિનોદપૂર શ્રી ભૂતનાથ મમ દેહિ કરાવલમ્બમ્ .. ૨૩ સત્કીર્તનપ્રિય સમસ્તસુરાધિનાથ સત્કુમારસાધુ હૃદયામ્બુજ સન્નિકેતન સત્કીર્તિસૌખ્ય વરદાયક સત્કિરાત શ્રી ભૂતનાથ મમ દેહિ કરાવલમ્બમ્ .. ૨૪ જ્ઞાનિપ્રપૂજિત પદામ્બુજ ભૂતિભૂષ દીનાનુકંપિત દયાપર દિવ્યવેષ જ્ઞાનસ્વરૂપ વરચાક્ષુષ વેદઘોષ શ્રી ભૂતનાથ મમ દેહિ કરાવલમ્બમ્ .. ૨૫ નાદાન્તરઙ્ગ વરમઙ્ગળનૃત્તરઙ્ગ- પાદારવિન્દ કુસુમાયુધકોમળાઙ્ગ માતઙ્ગકેસરિતુરઙ્ગમવાહતુરઙ્ગ શ્રી ભૂતનાથ મમ દેહિ કરાવલમ્બમ્ .. ૨૬ બ્રહ્મસ્વરૂપ ભવરોગપુરાણવૈદ્ય ધર્માર્થકામવરમુક્તિદ વેદવેદ્ય કર્માનુકૂલફલદાયક ચિન્મયાદ્ય શ્રી ભૂતનાથ મમ દેહિ કરાવલમ્બમ્ .. ૨૭ તાપત્રયાપહર તાપસહૃદ્વિહાર તાપિઞ્છ ચારુતરગાત્ર કિરાતવીર આપાદમસ્તકલસન્મણિમુગ્ધહાર શ્રી ભૂતનાથ મમ દેહિ કરાવલમ્બમ્ .. ૨૮

ચિન્તામણિપ્રથિત ભૂષણભૂષિતાઙ્ગ દન્તાવલેન્દ્રહરિવાહન મોહનાઙ્ગ સન્તાનદાયક વિભો કરુણાન્તરઙ્ગ શ્રી ભૂતનાથ મમ દેહિ કરાવલમ્બમ્ .. ૨૯ આરણ્યવાસવરતાપસ બોધરૂપ કારુણ્યસાગર કલેશ કલાકલાપ તારુણ્યતામરસલોચન લોકદીપ શ્રી ભૂતનાથ મમ દેહિ કરાવલમ્બમ્ .. ૩૦ આપાદચારુતરકામસમાભિરામ શોભાયમાન સુરસઞ્ચયસાર્વભૌમ શ્રીપાણ્ડ્યપૂર્વસકૃતામૃત પૂર્ણધામ શ્રી ભૂતનાથ મમ દેહિ કરાવલમ્બમ્ .. ૩૧ ઇતિ શ્રી ભૂતનાથ કરાવલમ્બસ્તવઃ સમ્પૂર્ણમ્ ..

4
સાંગ્રીલાના રહસ્યની શોધમાં

"કંઈક છુપાયેલું છે. જાઓ અને તેને શોધો. જાઓ અને શ્રેણીની પાછળ જુઓ - શ્રેણીની પાછળ કંઈક ખોવાઈ ગયું છે. ખોવાઈ ગયું છે અને શોધવાની રાહ જોઈ રહ્યું છે. જાઓ!"
-રુડયાર્ડ કિપલિંગ

માત્ર લેખક રુડયાર્ડ કિપલિંગ જ નહીં, પરંતુ એવા ઘણા લોકો છે જેઓ માને છે કે વિશ્વની સૌથી શક્તિશાળી પર્વતમાળા, હિમાલય, કેટલાક આંતર-પરિમાણીય માણસોનું ઘર છે.

હજારો વર્ષોથી એવી અફવા છે કે તિબેટમાં ક્યાંક, બરફીલા હિમાલયના શિખરો અને નિર્જન ખીણોની વચ્ચે, એક અસ્પૃશ્ય સ્વર્ગ છે, એક એવું રાજ્ય છે જ્યાં શાંતિ અને સાર્વત્રિક સુખ છે જે અવર્ણનીય છે. શામ્ભાલા નામનું રાજ્ય. જેમ્સ હિલ્ટને આ રહસ્યમય શહેર વિશે તેમના પુસ્તક "લોસ્ટ હોરાઇઝન" માં 1933 માં લખ્યું હતું. હોલીવુડમાં ઉછર્યા અને 1960ની ફિલ્મ નિર્માણ, "શાંગરી-લા". ઈવન ધ સેલેસ્ટાઈન પ્રોફેસી પણ પ્રખ્યાત લેખક જેમ્સ રેડફિલ્ડ દ્વારા લખવામાં આવી છે, જેઓ "ધ સિક્રેટ ઓફ શંભલા: ઈલેવન્થ ઈન્સાઈટની શોધમાં" નામનું પુસ્તક પણ લખી રહ્યા છે. શંભલાના રહસ્યને તિબેટમાં રહસ્યમય અને ગૂઢતાની સર્વોચ્ચ શાખા કાલચક્રનો સ્ત્રોત પણ માનવામાં આવે છે. શંભલાની દંતકથા હજારો વર્ષોથી અસ્તિત્વમાં છે. કાલચક્ર અને ઝાંગ ઝુંગ જેવા પ્રાચીન ગ્રંથોમાં આ સામ્રાજ્યનો રેકોર્ડ મળી શકે છે જે બૌદ્ધ ધર્મ તિબેટમાં પ્રવેશ્યો તે પહેલાં પણ અસ્તિત્વમાં હતો.

બોન ગ્રંથો ઓલમોલંગરિંગ નામની નજીકથી સંબંધિત જમીનની વાત કરે છે. વિષ્ણુ પુરાણ જેવા હિંદુ ગ્રંથોમાં શંભલા ગામનો ઉલ્લેખ કલ્કીના જન્મસ્થળ તરીકે કરવામાં આવ્યો છે, જે વિષ્ણુના છેલ્લા અવતાર હતા જેઓ નવા સુવર્ણ યુગ (સત્યયુગ)ની શરૂઆત કરશે. તેનો ઐતિહાસિક આધાર ગમે તે હોય, શંભાલા ધીમે ધીમે બૌદ્ધ શુદ્ધ ભૂમિ તરીકે જોવામાં આવ્યું, એક પ્રખ્યાત સામ્રાજ્ય જેની વાસ્તવિકતા ભૌતિક અથવા ભૌગોલિક જેટલી જ સ્વપ્નદ્રષ્ટા અથવા આધ્યાત્મિક છે. તે આ સ્વરૂપમાં હતું કે શંભલા પૌરાણિક કથા પશ્ચિમ યુરોપ અને અમેરિકા સુધી પહોંચી, જ્યાં તેણે બિન-બૌદ્ધ તેમજ બૌદ્ધ આધ્યાત્મિક સાધકોને પ્રભાવિત કર્યા - અને, ઓછા અંશે, સામાન્ય રીતે લોકપ્રિય સંસ્કૃતિ. શંભલા શબ્દ સંસ્કૃત શબ્દ પરથી આવ્યો છે જેનો અર્થ થાય છે "શાંતિનું સ્થાન" અથવા "મૌનનું સ્થાન". સામ્રાજ્યની કલ્પ નામની રાજધાની હતી અને તેના પર કુલિકા અથવા કલ્કિ વંશના રાજાઓનું શાસન હતું. તે એવી જગ્યા છે જ્યાં જીવંત વસ્તુઓ સંપૂર્ણ અને અર્ધ સંપૂર્ણ મળે છે અને માનવતાના ઉત્ક્રાંતિને સંયુક્ત રીતે માર્ગદર્શન આપે છે. આ સ્થાનમાં જેનું હૃદય શુદ્ધ છે તે જ રહી શકે છે...

શંભલા, એક સંસ્કૃત શબ્દ જેનો અર્થ થાય છે "શાંતિનું સ્થાન" અથવા "મૌનનું સ્થાન", એ એક પૌરાણિક સ્વર્ગ છે જેની વાત પ્રાચીન ગ્રંથોમાં કરવામાં આવી છે, જેમાં કાલચક્ર તંત્ર અને પશ્ચિમ તિબેટમાં સ્થિત ઝાંગ ઝુંગ સંસ્કૃતિના પ્રાચીન ગ્રંથો સામેલ છે. તિબેટીયનોએ બૌદ્ધ ધર્મ પહેલા . , દંતકથા અનુસાર, તે એવી ભૂમિ છે જ્યાં ફક્ત શુદ્ધ હૃદય જ રહી શકે છે, જ્યાં પ્રેમ અને શાણપણ શાસન કરે છે અને જ્યાં લોકો દુઃખ, ઇચ્છા અથવા વૃદ્ધાવસ્થાથી મુક્ત છે. શંભલાને હજારો નામોની ભૂમિ કહેવામાં આવે છે. તેને ફોરબિડન લેન્ડ, ધ લેન્ડ ઓફ વ્હાઈટ વોટર, ધ લેન્ડ ઓફ રેડિયન્ટ સ્પિરિટ્સ, ધ લેન્ડ ઓફ લિવિંગ ફાયર, ધ લેન્ડ ઓફ લિવિંગ ગોડ્સ અને લેન્ડ ઓફ વંડર્સ કહેવામાં આવે છે. હિન્દુઓ તેને આર્યાવર્ત ('લાયક ભૂમિ') કહે છે; ચાઇનીઝ તેને Hsi Tien, Hsi Wang Mu ના પશ્ચિમી સ્વર્ગ તરીકે ઓળખે છે; અને રશિયન જૂના આસ્થાવાનો માટે, તે બેલોવોઇડ તરીકે વધુ જાણીતું છે. પરંતુ સમગ્ર એશિયામાં, તે તેના સંસ્કૃત નામ, શંભલા, શમ્બલ્લા અથવા શાંગરી-લા દ્વારા

ઓળખાય છે. શંભલાની દંતકથા હજારો વર્ષ જૂની હોવાનું કહેવાય છે, અને પૌરાણિક ભૂમિના સંદર્ભો વિવિધ પ્રાચીન ગ્રંથોમાં મળી શકે છે.

બોન ગ્રંથો ઓલમોલંગરિંગ નામની નજીકથી સંબંધિત જમીનની વાત કરે છે. વિષ્ણુ પુરાણ જેવા હિંદુ ગ્રંથોમાં શંભલાનો ઉલ્લેખ કલ્કીના જન્મસ્થળ તરીકે થાય છે, જે વિષ્ણુના છેલ્લા અવતાર હતા જેઓ નવા સુવર્ણ યુગની શરૂઆત કરશે. શંભલાની બૌદ્ધ પૌરાણિક કથા એ અગાઉની હિન્દુ દંતકથાનું અનુકૂલન છે. જો કે, જે લખાણમાં શંભલાની સૌપ્રથમ વિસ્તૃત ચર્ચા કરવામાં આવી છે તે કાલચક્ર છે. કાલચક્ર તિબેટીયન બૌદ્ધ ધર્મમાં એક જટિલ અને અદ્યતન વિશિષ્ટ શિક્ષણ અને પ્રથાનો સંદર્ભ આપે છે. શાક્યમુનિ બુદ્ધે શંભલાના રાજા સુચંદ્રની વિનંતી પર કાલચક્ર શીખવ્યું હોવાનું કહેવાય છે. કાલચક્રની ઘણી વિભાવનાઓની જેમ, શંભલાના વિચારના બાહ્ય, આંતરિક અને વૈકલ્પિક અર્થો હોવાનું કહેવાય છે. બાહ્ય અર્થ શંભલાને ભૌતિક સ્થળ તરીકે અસ્તિત્વમાં હોવાનું સમજે છે, જો કે માત્ર યોગ્ય કર્મ ધરાવતી વ્યક્તિઓ જ ત્યાં પહોંચી શકે છે અને તેનો અનુભવ કરી શકે છે. આંતરિક અને વૈકલ્પિક અર્થો પોતાના શરીર અને મન (આંતરિક) અને ધ્યાન પ્રથા (વૈકલ્પિક) ના સંદર્ભમાં શંભલા શું રજૂ કરે છે તેની વધુ સૂક્ષ્મ સમજણનો સંદર્ભ આપે છે. આ બે પ્રકારના સાંકેતિક અર્થઘટન સામાન્ય રીતે શિક્ષકથી વિદ્યાર્થી સુધી મૌખિક રીતે પસાર થાય છે. 14મા દલાઈ લામાએ 1985માં બોધ ગયા ખાતે કાલચક્ર દીક્ષા દરમિયાન નોંધ્યું હતું તેમ, શંભાલા કોઈ સામાન્ય દેશ નથી: જો કે વિશેષ જોડાણ ધરાવતા લોકો ખરેખર તેમના કર્મ જોડાણ દ્વારા ત્યાં જઈ શકે છે, તેમ છતાં તે કોઈ ભૌતિક સ્થાન નથી. જે આપણે ખરેખર શોધી શકીએ છીએ. આપણે ફક્ત એટલું જ કહી શકીએ કે તે એક શુદ્ધ ભૂમિ છે, માનવીય ક્ષેત્રમાં એક શુદ્ધ ભૂમિ છે. અને જ્યાં સુધી વ્યક્તિ પાસે યોગ્યતા અને સાચો કર્મનો સંગ ન હોય ત્યાં સુધી તે ખરેખર ત્યાં પહોંચી શકતો નથી.

શંભલાની વિભાવના તિબેટીયન ધાર્મિક ઉપદેશોમાં મહત્વપૂર્ણ ભૂમિકા ભજવે છે, અને ભવિષ્ય વિશે તિબેટીયન પૌરાણિક કથાઓમાં તેની વિશેષ સુસંગતતા છે. કાલચક્ર માનવજાતના ધીમે ધીમે પતનની આગાહી કરે છે કારણ કે ભૌતિકવાદની વિચારધારા પૃથ્વી પર ફેલાય છે.

જ્યારે દુષ્ટો રાજાની નીચે એક થાય છે અને વિચારે છે કે જીતવા માટે કંઈ બાકી નથી, ત્યારે ધુમ્મસ શંભલાના બર્ફીલા પહાડોને ઉજાગર કરે છે. અસંસ્કારીઓ ભયંકર શસ્ત્રોથી સજ્જ વિશાળ સેના સાથે શંભલા પર હુમલો કરશે. પછી શંભલાનો રાજા "શ્યામ દળો" ને હરાવવા અને વિશ્વવ્યાપી સુવર્ણ યુગની શરૂઆત કરવા માટે એક વિશાળ સૈન્ય સાથે શંભલામાંથી બહાર આવશે. જો કે કાલચક્ર ભાવિ યુદ્ધની આગાહી કરે છે, તે હિંસા પર પ્રતિબંધ મૂકતા બૌદ્ધ ઉપદેશોની પ્રતિજ્ઞાઓ સાથે સંઘર્ષમાં હોવાનું જણાય છે. આનાથી કેટલાક ધર્મશાસ્ત્રીઓએ યુદ્ધનું પ્રતીકાત્મક અર્થઘટન કર્યું છે - કાલચક્ર લોકો સામે હિંસાની હિમાયત કરતું નથી, પરંતુ તેના બદલે આંતરિક શૈતાની વૃત્તિઓ સામે ધાર્મિક સાધકની આંતરિક લડાઈનો ઉલ્લેખ કરે છે.

સદીઓથી, ઘણા સાધકો અને આધ્યાત્મિક જ્ઞાનના સાધકોએ શંભલાના પૌરાણિક સ્વર્ગની

શોધમાં અભિયાનો અને શોધખોળ શરૂ કરી છે, અને જ્યારે ઘણાએ ત્યાં હોવાનો દાવો કર્યો છે, ત્યારે હજુ સુધી કોઈએ તેના અસ્તિત્વનો કોઈ પુરાવો આપ્યો નથી. આમ કરવા સક્ષમ. નકશા પર તેનું ભૌતિક સ્થાન સૂચવો, જો કે મોટાભાગના સંદર્ભો યુરેશિયાના પર્વતીય પ્રદેશોમાં શંભલાને સ્થાન આપે છે. પ્રાચીન ઝાંગ ઝાંગ ગ્રંથો શંભલાને પંજાબ અથવા હિમાચલ પ્રદેશ, ભારતના સતલજ ખીણ સાથે ઓળખે છે. મોંગોલિયનો શંભલાને દક્ષિણ સાઇબિરીયામાં કેટલીક ખીણો સાથે ઓળખે છે. અલ્તાઇ લોકવાયકામાં, બેલુખા પર્વતને શંભલાનું પ્રવેશદ્વાર માનવામાં આવે છે. આધુનિક બૌદ્ધ વિદ્વાનો એવું તારણ કાઢે છે કે શંભાલા હિમાલયની ઊંચી પહોંચમાં સ્થિત છે, જેને હવે ધૌલાધર પર્વત કહેવામાં આવે છે, મેક્લિયોડગંજની આસપાસ. કેટલાક દંતકથાઓ કહે છે કે શંભલાનું પ્રવેશદ્વાર તિબેટમાં દૂરના, ત્યજી દેવાયેલા મઠની અંદર છુપાયેલું છે, અને શંભલા ગાર્ડિયન્સ તરીકે ઓળખાતા માણસો દ્વારા રક્ષિત છે.

કેટલાક લોકો માટે, હકીકત એ છે કે શંભલા ક્યારેય મળી નથી તે ખૂબ જ સરળ સમજૂતી ધરાવે છે - ઘણા માને છે કે શંભાલા ભૌતિક વાસ્તવિકતાના ખૂબ જ કિનારે સ્થિત છે, આ વિશ્વને બહારના વિશ્વ સાથે જોડતા પુલ તરીકે. જ્યારે ઘણા લોકો શંભલાને દંતકથા અને દંતકથાના કાલ્પનિક વિષય તરીકે અવગણે છે, અન્ય લોકો માટે, શંભલામાંની માન્યતા એક દિવસ આ યુટોપિયન સામ્રાજ્યને શોધવાની આંતરિક ઇચ્છા પેદા કરે છે.

શાંગરી-લા એ એક પૌરાણિક યુટોપિયન ગામ છે જે હિમાલય પર્વતમાળાના અન્વેષિત પ્રદેશોમાં ઊંડે આવેલું છે. જો કે આ શબ્દનો ઉદ્ભવ 1930ના દાયકામાં થયો હતો, આ ખ્યાલ પ્રાચીન પરેડ જેમ કે શંભલા અને ઈડન ગાર્ડન જેવો જ છે. રહેવાસીઓ સેંકડો વર્ષોથી જીવ્યા હોવાનું કહેવાય છે, તેઓ પરંપરાગત બૌદ્ધ માર્ગોનો અભ્યાસ કરે છે, ભૌતિકવાદ અને અન્ય પશ્ચિમી પ્રભાવોથી મુક્ત છે અને પ્રકૃતિ સાથે સુમેળમાં છે. સૂત્રોના જણાવ્યા અનુસાર, સારી રીતે છુપાયેલા ગામમાં, ઉચ્ચ શિખરોની શ્રેણીમાં, એક પવિત્ર મહેલ અને તળાવ છે.

સ્ત્રોત

શાંગરી-લા શબ્દ 1933માં પ્રકાશિત જેમ્સ હિલ્ટનની નવલકથા લોસ્ટ હોરાઇઝન પર આધારિત છે. આ વાર્તા સંભવતઃ શંભલાની પ્રાચીન તિબેટીયન દંતકથા પરથી લેવામાં આવી છે. જો કે, 1580 ના દાયકામાં, પશ્ચિમી વિશ્વએ સૌપ્રથમ શંભલા અથવા શાંગરી-લા પ્રકારના સ્વર્ગનો ઉલ્લેખ સાંભળ્યો હતો. સમ્રાટ અકબરના દરબારમાં તે સમયના યુરોપિયન પ્રવાસીઓનું સ્વાગત કરવામાં આવ્યું હતું અને પૌરાણિક યુટોપિયા વિશે બધું સાંભળ્યું હતું.

સ્થાન

સ્ત્રોતો સૂચવે છે કે સ્વર્ગ કુનલુન પર્વતોમાં સ્થિત હોઈ શકે છે, જે એશિયાની સૌથી લાંબી પર્વતમાળાઓમાંની એક છે. જિન રાજવંશમાં, 265 થી 420 બીસીઇ સુધી, ચાઇનીઝ કવિ તાઓ યુઆનમિંગે શાંગરી-લા જેવી જ જગ્યાનો ઉલ્લેખ કર્યો છે. તેની વાર્તામાં, એક માછીમાર તેની બોટ એક રહસ્યમય ગ્રોટોની નીચેથી પસાર થયા પછી એકાંત, લીલા

વિસ્તારમાં રહેતા લોકોના જૂથને શોધે છે. ગામલોકો દયાળુ હતા, અને માછીમારનું તેમના આનંદી ઘરે સ્વાગત કર્યું. 2001 માં, આ સ્થળ પર વધુ પ્રવાસીઓને આકર્ષવા માટે આ વિસ્તારનું નામ બદલીને શાંગરી-લા રાખવામાં આવ્યું. લેખકો હુન્ઝા ખીણને સ્વર્ગના અન્ય સંભવિત સ્થળ તરીકે પણ દાવો કરે છે. આ હિલ્ટનના પુસ્તકનો આધાર હતો, પરંતુ આ પ્રદેશમાં કોઈ તિબેટીયન પ્રભાવ ન હોવાને કારણે તે ઓછા ઉમેદવાર છે. 1920 અને 30 ના દાયકામાં, એક નેશનલ જિયોગ્રાફિક રિપોર્ટર ચીનના યુનમાન પ્રાંતના વિસ્તારમાં રહેતા હતા, અને લશ કેન્યોનના લેખો અને ફોટોગ્રાફ્સ રજૂ કરતા હતા. કેટલાક સ્ત્રોતો અનુસાર તે અન્ય સંભવિત શાંગરી-લા પણ હોઈ શકે છે. હિલ્ટનની નવલકથા લોસ્ટ હોરાઇઝનમાં, છુપાયેલ શાંગરી-લા એ લામારી છે જેની અધ્યક્ષતા 200 વર્ષીય સાધુ છે, અને કથિત રીતે કુનલુન પર્વતોમાં સ્થિત છે.

રહેવાસીઓ શાંતિપૂર્ણ જીવન જીવતા હતા, પૈસા અથવા લોભથી મુક્ત હતા, અને તેમની પ્રાચીન સંસ્કૃતિના રહસ્યો રાખતા હતા. મહામંદીની અસરોને કારણે આ નવલકથા લોકપ્રિય બની હશે, જે તેના વાચકોને આશા અને બચવાનું સાધન પ્રદાન કરે છે. કેટલાક આંતરિક સૂત્રોના જણાવ્યા મુજબ, પુસ્તકની એક નકલ તે સમયે કેમ્પ ડેવિડમાં પણ મળી શકે છે. શંભલાના ખોવાયેલા, પૌરાણિક સામ્રાજ્યોની વાર્તાઓ લોસ્ટ હોરાઇઝન પહેલાની છે. સેંકડો વર્ષોથી, હિમાલયના એક સ્થળની બૌદ્ધ ઉપદેશોમાં વાર્તાઓ અસ્તિત્વમાં છે જ્યાં બૌદ્ધોની સૌથી પવિત્ર ઉપદેશો સચવાયેલી છે. આ ભૌતિક સ્થાનને બદલે આધ્યાત્મિક ગણાય છે અને તેને શંભલા તરીકે ઓળખવામાં આવે છે.

અઘર્તિ અઘર્તિ, અથવા અઘર્તા, હિમાલયમાં સ્થિત છુપાયેલા ભૂગર્ભ શહેરની હોલો અર્થ થિયરી જેવી દંતકથા છે. એલેક્ઝાન્ડ્રે સેન્ટ-યવેસ ડી'આલ્વેડ્રે, એક ફ્રેન્ચ જાદુગર, અઘર્તા વિશે લખ્યું હતું. એવું માનવામાં આવતું હતું કે પૌરાણિક સામ્રાજ્યમાં ઘણા લોકો હતા.

અદ્યતન ટેકનોલોજી હતી. પ્રખ્યાત થિયોસોફિસ્ટ મેડમ બ્લાવત્સ્કીએ પછી વાર્તાને આગળ વધારતા દાવો કર્યો કે શંભલા સુધી અઘર્તા ટનલ દ્વારા પહોંચી શકાય છે. આધુનિક સંદર્ભ શાંગરી-લા એ શનિના ચંદ્ર, ટાઇટનના ઘેરા ભાગનું નામ છે, જે પ્રવાહી હાઇડ્રોકાર્બનથી ભરેલું છે. આ ટાઇટન અને પૃથ્વીની સમાનતાની બીજી નિશાની હોવાનું કહેવાય છે અને કદાચ આપણા પોતાના ગ્રહની બહાર શાંગરી-લાની આશા આપે છે! હિલ્ટનની નવલકથાની પ્રશંસા બાદ, આ જ નામથી એક ફિલ્મ બનાવવામાં આવી હતી, અને 1937માં તે ખૂબ જ સફળ રહી હતી. તાજેતરની ફિલ્મોમાં પણ થીમનો ઉપયોગ કરવામાં આવ્યો છે; ઉદાહરણ તરીકે, સ્કાય કેપ્ટન અને ધ વર્લ્ડ ઓફ ટુમોરોમાં પાત્રો પોતાને શાંગરી-લામાં શોધવા માટે જાગે છે. કેટલીક ટીવી શ્રેણીઓએ છુપાયેલા સ્વર્ગની કલ્પના તેમજ વિવિધ પુસ્તકો અને ગીતોનો ઉપયોગ કર્યો છે. યુટોપિયા શબ્દ લેટિન ભાષામાંથી આવ્યો છે અને તેનો અર્થ કોઈ જગ્યા નથી. તે યુટોપિયા, શંભલા, એડન અથવા શાંગરી-લાનું આવશ્યક તત્વ છે. જો તે મળી શકે, તો તે મુલાકાતીઓથી ભરાઈ જશે અને તેના આવશ્યક યુટોપિયન ગુણો ગુમાવશે. કદાચ, ઘણા પૂર્વીય ફિલસૂફી કહે છે તેમ, આપણે ખરેખર આ સુખી સ્થાનો આપણી અંદર શોધી શકીએ છીએ.

એશિયા ટ્રાન્સપેસિફિક જર્નીઝના ક્રિસ ડનહામ ઉનાળાના અંતમાં ખાંપા હોર્સ ફેસ્ટિવલ, ત્રણ દિવસના તહેવારો, ગીતો અને ઘોડેસવારી શો દરમિયાન પ્રવાસનું આયોજન કરે છે. મોટાભાગના પ્રવાસીઓ શાંગરી-લાના મુખ્ય નગર ડિકિંગમાં અને તેની આસપાસ રહે છે, જે પ્રાચીન ચાના વેપારના માર્ગ પરનું ભૂતપૂર્વ હબ હતું.

ધરતીનું સ્વર્ગ. અવર્ણનીય સુંદરતાનું સ્થળ. બહારની દુનિયાથી કપાયેલો બંધ સમુદાય. એક પર્વતીય યુટોપિયા જ્યાં પુરુષો અને સ્ત્રીઓ સુમેળમાં રહે છે, સમય અને ઇતિહાસના વિનાશથી અસ્પૃશ્ય છે. બ્રિટિશ લેખક જેમ્સ હિલ્ટન દ્વારા કલ્પના કરાયેલ શાંગરી-લાની આ વિગતો છે. હિલ્ટને તેની નવલકથા લોસ્ટ હોરાઇઝનમાં શાંગરી-લા નામ આપ્યું હતું, જે સૌપ્રથમ 1933માં પ્રકાશિત થઈ હતી. જ્યારે તેઓ પૌરાણિક સ્થળની કલ્પના કરવાનો પ્રયાસ કરે છે ત્યારે મોટા ભાગના લોકો હજુ પણ કલ્પના કરે છે તેના વર્ણનો છે. હિલ્ટન ક્યારેય તિબેટ અથવા કુનલુન પર્વતમાળા ગયા ન હતા, પરંતુ કેટલાક કહે છે કે નેશનલ જિયોગ્રાફિક મેગેઝિન માટે જોસેફ રોકના લખાણોએ તેણીને આ પ્રદેશમાં નવલકથા લખવા માટે પ્રેરણા આપી હતી. શાંગરી-લાની મુલાકાત લેવાનું આકર્ષણ એટલું શક્તિશાળી હતું કે લોકો વિચારવા લાગ્યા કે શું આ પૌરાણિક સ્વર્ગ વાસ્તવિક હોઈ શકે છે. વર્ષોથી, હિલ્ટનની નવલકથામાં વર્ણવેલ સમુદાય સાથે પૂર્વ એશિયામાં પર્વતીય એકાંતની ઓળખ થઈ. દંતકથા વાસ્તવિક મુકામમાં ફેરવાઈ ગઈ. હિલ્ટનની નવલકથામાં શાંગરી-લાની શોધ કરવામાં આવી હોવા છતાં, તે પૃથ્વી પરના સ્વર્ગની કલ્પના કરનાર પ્રથમ વ્યક્તિ ન હતો. સદીઓથી, પૃથ્વી પર ખોવાયેલા સ્વર્ગની દંતકથાનો માનવ કલ્પના પર ઐતિહાસિક પ્રભાવ રહ્યો છે. સેલ્ટિક, સુમેરિયન અને તિબેટીયન બૌદ્ધ ઉપદેશો આવા સ્થળની વાત કરે છે, જેમ કે મુઘલ સમ્રાટ અકબરના દરબારમાં કહેલી વાર્તાઓ. ઉત્પત્તિમાં, બાઇબલ આપણને પૃથ્વી પરના સ્વર્ગનું દર્શન આપે છે: એડન નામનો બગીચો. પતનથી, માનવજાત ખોવાયેલા સ્વર્ગની ઝંખના કરે છે કારણ કે પાપ જેણે આપણને આપણા નિર્માતાથી અલગ કર્યા છે. શાંગરી-લાની રહસ્યમય અપીલ શાંગરી-લાનું સ્થાન, ઓછામાં ઓછું કાર્ટોગ્રાફિક અર્થમાં, હવે અસ્પષ્ટ નથી. 2001 માં, પર્યટનને પ્રોત્સાહન આપવા માટે, ઝોંગડીયન શહેરનું નામ બદલીને શાંગરી-લા કર્યું. આ શહેર એ વિસ્તારમાં છે જેની હિલ્ટને કલ્પના કરી હતી. હવે જ્યારે શાંગરી-લા સત્તાવાર રીતે "નકશા પર" છે, ત્યારે સ્થાનિક પ્રવાસન વધી રહ્યું છે. પ્રખ્યાત કલાકારો હેલિકોપ્ટર સવારી દ્વારા પહોંચ્યા છે. પ્રવાસીઓના ધસારાને પહોંચી વળવા બાર અને સંભારણુંની દુકાનો ખુલી છે. આ પ્રદેશ તેની રહસ્યમય આકર્ષણ જાળવી રાખે છે કારણ કે, ઘણી રીતે, તેની મુલાકાત લેવાથી એવું લાગે છે કે તમે સમયસર પાછા ફર્યા છો. શાંગરી-લાનું ઓલ્ડ સિટી જૂના યુગ જેવું લાગે છે. ઘણા વર્ષો પહેલા, જૂનું શહેર બળીને ખાખ થઈ ગયું હતું અને તેનો મોટાભાગનો ભાગ ફરીથી બાંધવો પડ્યો હતો. સાંજના સમયે, પુરુષો અને સ્ત્રીઓ પરંપરાગત તિબેટીયન શૈલીમાં નૃત્ય કરવા માટે મુખ્ય નગર ચોકની બાજુમાં નાના ચોકમાં ભેગા થાય છે. જાજરમાન બરફથી આચ્છાદિત પર્વતો અને પ્રતિષ્ઠિત તિબેટીયન મંદિર અને શહેરની દેખરેખ કરતી ટેકરી પર લામાસેરી રહસ્યમય

આભાને વધારે છે. લામાસેરી એ તિબેટીયન લામાઓ અથવા સાધુઓ માટેનો મઠ છે. આ પ્રદેશ પૂર્વ એશિયાની સૌથી ઊંચી પર્વતમાળાઓનું ઘર છે. કાવાગાચી પર ચઢવાના પ્રયાસમાં સત્તર ચીન-જાપાની ક્લાઇમ્બર્સ માર્યા ગયા પછી, સરકારે પર્વતને ક્લાઇમ્બર્સ માટે બંધ કરી દીધો. તિબેટીયન બૌદ્ધ શિખરને પવિત્ર માને છે. સ્વર્ગમાં જીવનની કાળી વાસ્તવિકતાઓ શાંગરી-લા એડન નથી. આ ધરતીનું સ્વર્ગ સંપૂર્ણતાથી રહિત છે. જો કે ઘણા તિબેટીયન બૌદ્ધો જ્યાં રહે છે તે વિસ્તાર સુંદર હોઈ શકે છે, તે સ્થાનિક લોકો પર ટોલ લે છે. હિલ્ટનની નવલકથામાં અકુદરતી રીતે યુવાન રહેવાસીઓથી વિપરીત, શરીરની ઉંમર ઘણી વખત અકાળે થાય છે. તિબેટીયનોની નિર્ધારિત કરચલીઓ અને ભીંગડાંવાળું કે જેવું ત્વચા આ આત્યંતિક વાતાવરણમાં ટકી રહેવાની મુશ્કેલીની સાક્ષી આપે છે. ઉચ્ચ ઊંચાઈ વૃદ્ધત્વ પ્રક્રિયાને ઝડપી બનાવે છે.

અને ઊંચાઈએ જન્મેલા બાળકોને વારંવાર જન્મજાત હૃદયના રોગો હોય છે. કદાચ હિલ્ટને તેણીની નવલકથા માટે તિબેટીયન ક્ષેત્રને સેટિંગ તરીકે પસંદ કર્યું કારણ કે ઘણા પશ્ચિમી લોકો તિબેટીયન બૌદ્ધ ધર્મ સાથે ધ્યાન અને સંવાદિતા પર કેન્દ્રિત સુખી, સુમેળભર્યા વિશ્વાસ તરીકે ધરાવે છે. મોટાભાગના લોકો હિમાલયમાં છુપાયેલા અંધકાર - આધ્યાત્મિક જુલમ અને શૈતાની પ્રભાવ -ની ઊંડાઈને સમજી શકતા નથી. શાંગરી-લા વિશ્વનું શ્રેષ્ઠ, તે વિશાળ પ્રાર્થના ચક્રનું ઘર છે. વૃદ્ધ પુરુષો અને સ્ત્રીઓ તેમના દિવસનો મોટાભાગનો સમય પ્રાર્થના પૈડાં અને સ્તૂપની પરિક્રમા કરવામાં વિતાવે છે, જે મણ-આકારની રચનાઓ છે જે ધાર્મિક અવશેષો ધરાવે છે. લોકો ઠંડીના વાતાવરણમાં પણ વહેલી સવારના સમયે પવિત્ર ગણાતા સંસ્કૃતમાં મંત્રો પાઠ કરી રહ્યા છે. તિબેટીયન બૌદ્ધો તેમના ભાવિ અને ભવિષ્યની અનિશ્ચિતતામાં જીવે છે. તેઓ મંત્રોના પઠન પર નજર રાખવા માટે પ્રાર્થના માળાનો ઉપયોગ કરે છે. કેટલીકવાર પુરુષો અને સ્ત્રીઓ સ્તૂપની પરિક્રમા કરતી વખતે પોતાને પ્રણામ કરે છે. શું તેની ભક્તિ નિર્વાણ સુધી પહોંચવા અને તેના પાપોનું પ્રાયશ્ચિત કરવા માટે પૂરતી છે? તે ક્યારે પૂરતું હશે? અનંતકાળની આ બાજુ પર, તેમની પાસે કોઈ જવાબ નથી. જવાબની ગેરહાજરીમાં, તિબેટીયન બૌદ્ધો પ્રભાવ આધારિત ધર્મ દ્વારા બંધાયેલા છે.

પાર્વતીસ્તોત્રમ્

વિબુધાધિપતેજિનીશકાન્તે વદનાભાજિતયામિનીશકાન્તે . નવકુન્દવિરાજમાનદન્તે નલિનાભં પ્રણમામ્યહં પદં તે .. ૧ .. વિકચામ્બુરુહાં વિલાસચોરૈરતિશીતૈઃ પ્રવહદ્દયામ્બુપૂરૈઃ . શશિશેખરચિત્તનૃત્તરઙ્ગૈસ્તરસાલોકય દેવિ મામપાઙ્ગૈઃ .. ૨ .. અવનીધરનાયકસ્ય કન્યે કૃપણં માં પરિપાલયાતિધન્યે . વિધિમાધવવાસવાદિમાન્યે દ્રુતમુન્મૂલિતભક્તલોકદૈન્યે .. ૩ .. કુચનિન્દિતશાતકુમ્ભશૈલે મણિકાઞ્ચીવલયોલ્લસદ્દુકૂલે . પરિપાલય માં ભવાનિ બાલે ત્રિજગદ્રક્ષણજાગરૂકલીલે .. ૪ .. સ્વરુચા જિતતપ્તશાતકુમ્ભે કચશોભાજિતકાલમેઘડમ્ભે . પરિપાલય માં ત્રસન્નિશુમ્ભે મકુટોલ્લાસિસુધામયૂખડિમ્ભે .. ૫ .. કુસુમાયુધજીવનાક્ષિકોણે પરિતો મામવ પદ્મરાગશોણે . સ્મરવૈરિવશીકૃતપ્રવીણે ચરણાબ્જાનતસત્ક્રિયાધુરીણે .. ૬ .. ગિરિજે ગગનોપમાવલગ્ને ગિરિતુઙ્ગસ્તનગૌરવેણ ભુગ્ને . વસ મે હૃદયે તવાઙ્ઘ્રિલગ્ને

તવ સંદર્શનમોદસિન્ધુમગ્ને .. ૭ .. સકલોપનિષત્સરોજવાટીકલહંસ્યાસ્તવ મે કવિત્વધાટી . કૃપયાવિરભૂદિયં તુ પેટી વહતુ ત્વદ્ગુણરમ્યરત્નકોટીઃ .. ૮ .. .. ઇતિ શ્રીપાર્વતીસ્તોત્રં સંપૂર્ણમ્ ..

5
શ્રીકુમારીસહસ્રનામસ્તોત્રમ્

શ્રીકુમારીસહસ્રનામસ્તોત્રમ્

આનન્દભૈરવ ઉવાચ વદ કાન્તે સદાનન્દસ્વરૂપાનન્દવલ્લભે . કુમાર્યા દેવતામુખ્યાઃ પરમાનન્દવર્ધનમ્ .. ૧.. અષ્ટોત્તરસહસ્રાખ્યં નામ મઙ્ગલમદ્ભુતમ્ . યદિ મે વર્તતે વિદ્યે યદિ સ્નેહકલામલા .. ૨.. તદા વદસ્વ કૌમારીકૃતકર્મફલપ્રદમ્ . મહાસ્તોત્રં કોટિકોટિ કન્યાદાનફલં ભવેત્ .. ૩.. આનન્દભૈરવી ઉવાચ મહાપુણ્યપ્રદં નાથ શૃણુ સર્વેશ્વરપ્રિય . અષ્ટોત્તરસહસ્રાખ્યં કુમાર્યાઃ પરમાદ્ભુતમ્ .. ૪.. પઠિત્વા ધારયિત્વા વા નરો મુચ્યેત સઙ્કટાત્ . સર્વત્ર દુર્લભં ધન્યં ધન્યલોકનિષેવિતમ્ .. ૫.. અણિમાદ્યષ્ટસિદ્ધ્યઙ્ગં સર્વાનન્દકરં પરમ્ . માયામન્ત્રનિરસ્તાઙ્ગં મન્ત્રસિદ્ધિપ્રદે નૃણામ્ .. ૬.. ન પૂજા ન જપં સ્નાનં પુરશ્ચર્યાવિધિશ્ચ ન . અકસ્માત્ સિદ્ધિમવાપ્નોતિ સહસ્રનામપાઠતઃ .. ૭.. સર્વયજ્ઞફલં નાથ પ્રાપ્નોતિ સાધકઃ ક્ષણાત્ . મન્ત્રાર્થં મન્ત્રચૈતન્યં યોનિમુદ્રાસ્વરૂપકમ્ .. ૮.. કોટિવર્ષશતેનાપિ ફલં વક્તું ન શક્યતે . તથાપિ વક્તુમિચ્છામિ હિતાય જગતાં પ્રભો .. ૯.. અસ્યાઃ શ્રીકુમાર્યાઃ સહસ્રનામકવચસ્ય વટુકભૈરવઋષિઃ . અનુષ્ટુપ્છન્દઃ . કુમારીદેવતા . સર્વમન્ત્રસિદ્ધિસમૃદ્ધયે વિનિયોગઃ .. ૧૦.. ૐ કુમારી કૌશિકી કાલી કુરુકુલ્લા કુલેશ્વરી . કનકાભા કાઞ્ચનાભા કમલા કાલકામિની .. ૧૧.. કપાલિની કાલરૂપા કૌમારી કુલપાલિકા . કાન્તા કુમારકાન્તા ચ કારણા કરિગામિની .. ૧૨.. કન્ધકાન્તા કૌલકાન્તા કૃતકર્મફલપ્રદા . કાર્યાકાર્યપ્રિયા કક્ષા કંસહન્ત્રી કુરુક્ષયા .. ૧૩.. કૃષ્ણકાન્તા કાલરાત્રિઃ કર્ણેષુધારિણીકરા . કામહા કપિલા કાલા કાલિકા કુરુકામિની .. ૧૪.. કુરુક્ષેત્રપ્રિયા કૌલા કુન્તી કામાતુરા કચા . કલઞ્જભક્ષા કૈકેયી કાકપુચ્છધ્વજા કલા .. ૧૫.. કમલા કામલક્ષ્મી ચ કમલાનનકામિની . કામધેનુસ્વરૂપા ચ કામહા કામમદીની .. ૧૬.. કામદા કામપૂજ્યા ચ કામાતીતા કલાવતી . ભૈરવી કારણાઢ્યા ચ કૈશોરી કુશલાઙ્ગલા .. ૧૭.. કમ્બુગ્રીવા કૃષ્ણનિભા કામરાજપ્રિયાકૃતિઃ . કઙ્કણાલઙ્કૃતા કઙ્કા કેવલા કાકિની કિરા .. ૧૮.. કિરાતિની કાકભક્ષા કરાલવદના કૃશા . કેશિની કેશિહા કેશા કાસામ્બષ્ઠા કરિપ્રિયા .. ૧૯.. કવિનાથસ્વરૂપા ચ કટુવાણી કટુસ્થિતા . કોટરા કોટરાક્ષી ચ કરનાટકવાસિની .. ૨૦.. કટકસ્થા કાષ્ઠસંસ્થા કન્દર્પા કેતકી પ્રિયા . કેલિપ્રિયા કમ્બલસ્થા કાલદૈત્યવિનાશિની .. ૨૧.. કેતકીપુષ્પશોભાઢ્યા કર્પૂરપૂર્ણજિહ્વિકા

. કર્પૂરાકરકાકોલા કૈલાસગિરિવાસિની .. ૨૨.. કુશાસનસ્થા કાદમ્બા કુઞ્જરેશી કુલાનના . ખર્બા ખડ્ગધરા ખડ્ગા ખલહ્રા ખલબુદ્ધિદા .. ૨૩.. ખઞ્જના ખરરૂપા ચ ક્ષારામ્લતિક્તમધ્યગા . ખેલના ખેટકકરા ખરવાક્યા ખરોત્કટા .. ૨૪.. ખદ્યોતચઞ્ચલા ખેલા ખદ્યોતા ખગવાહિની . ખેટકસ્થા ખલાખસ્થા ખેચરી ખેચરપ્રિયા .. ૨૫.. ખચરા ખરપ્રેમા ખલાઢ્યા ખચરાનના . ખેચરેશી ખરોગ્રા ચ ખેચરપ્રિયભાષિણી .. ૨૬.. ખર્જૂરાસવસંમત્તા ખર્જૂરફલભોગિની . ખાતમધ્યસ્થિતા ખાતા ખાતામ્બુપરિપૂરિણી .. ૨૭.. ખ્યાતિઃ ખ્યાતજલાનન્દા ખુલના ખઞ્જનાગતિઃ . ખલ્વા ખલતરા ખારી ખરોદ્વેગનિકૃન્તની .. ૨૮.. ગગનસ્થા ચ ભીતા ચ ગભીરનાદિની ગયા . ગઙ્ગા ગભીરા ગૌરી ચ ગણનાથ પ્રિયા ગતિઃ .. ૨૯.. ગુરુભક્તા ગ્વાલિહીના ગેહિની ગોપિની ગિરા . ગોગણસ્થા ગાણપત્યા ગિરિજા ગિરિપૂજિતા .. ૩૦.. ગિરિકાન્તા ગણસ્થા ચ ગિરિકન્યા ગણેશ્વરી . ગાધિરાજસુતા ગ્રીવા ગુર્વી ગુર્વ્યમ્બશાઙ્કરી .. ૩૧.. ગન્ધર્વ્વકામિની ગીતા ગાયત્રી ગુણદા ગુણા . ગુગ્ગુલુસ્થા ગુરોઃ પૂજ્યા ગીતાનન્દપ્રકાશિની .. ૩૨.. ગયાસુરપ્રિયાગેહા ગવાક્ષજાલમધ્યગા . ગુરુકન્યા ગુરોઃ પત્ની ગહના ગુરુનાગિની .. ૩૩.. ગુલ્ફવાયુસ્થિતા ગુલ્ફા ગર્દભા ગર્દભપ્રિયા . ગુહ્યા ગુહ્યગણસ્થા ચ ગરિમા ગૌરિકા ગુદા .. ૩૪.. ગુદોર્ધ્વસ્થા ચ ગલિતા ગણિકા ગોલકા ગલા . ગાન્ધવી ગાનનગરી ગન્ધર્વગણપૂજિતા .. ૩૫.. ઘોરનાદા ઘોરમુખી ઘોરા ઘર્મનિવારિણી . ઘનદા ઘનવર્ણા ચ ઘનવાહનવાહના .. ૩૬.. ઘર્ઘરધ્વનિચપલા ઘટાઘટપટાઘટા . ઘટિતા ઘટના ઘોના ઘનરુપ ઘનેશ્વરી .. ૩૭.. ઘુણ્યાતીતા ઘર્ઘરા ચ ઘોરાનનવિમોહિની . ઘોરનેત્રા ઘનરુચા ઘોરભૈરવ કન્યકા .. ૩૮.. ઘાતાઘાતકહા ઘાત્યા ઘ્રાણાઘ્રાણેશવાયવી . ઘોરાન્ધકારસંસ્થા ચ ઘસના ઘસ્વરા ઘરા .. ૩૯.. ઘોટકેસ્થા ઘોટકા ચ ઘોટકેશ્વરવાહના . ઘનનીલમણિશ્યામા ઘર્ઘરેશ્વરકામિની .. ૪૦.. ઙકારકૂટસમ્પન્ના ઙકારચક્રગામિની . ઙકારી ઙસંજ્ઞા ચૈવ ઙીપનીતા ઙકારિણી .. ૪૧.. ચન્દ્રમણ્ડલમધ્યસ્થા ચતુરા ચારુહાસિની . ચારુચન્દ્રમુખી ચૈવ ચલઙ્મગતિપ્રિયા .. ૪૨.. ચઞ્ચલા ચપલા ચણ્ડી ચેકિતાના ચરુસ્થિતા . ચલિતા ચાનના ચાર્વ્વી ચારુભ્રમરનાદિની .. ૪૩.. ચૌરહા ચન્દ્રનિલયા ચૈન્દ્રી ચન્દ્રપુરસ્થિતા . ચક્રકૌલા ચક્રરૂપા ચક્રસ્થા ચક્રસિદ્ધિદા .. ૪૪.. ચક્રિણી ચક્રહસ્તા ચ ચક્રનાથકુલપ્રિયા . ચક્રાભેદ્યા ચક્રકુલા ચક્રમણ્ડલશોભિતા .. ૪૫.. ચક્રેશ્વરપ્રિયા ચેલા ચેલાજિનકુશોત્તરા . ચતુર્વેદસ્થિતા ચણ્ડા ચન્દ્રકોટિસુશીતલા .. ૪૬.. ચતુર્ગુણા ચન્દ્રવર્ણા ચાતુરી ચતુરપ્રિયા . ચક્ષુઃસ્થા ચક્ષુવસતિશ્ચણકા ચણકપ્રિયા .. ૪૭.. ચાર્વ્વઙ્ગી ચન્દ્રનિલયા ચલદમ્બુજલોચના . ચર્વ્વરીશા ચારુમુખી ચારુદન્તા ચરસ્થિતા .. ૪૮.. ચસકસ્થાસવા ચેતા ચેતઃસ્થા ચૈત્રપૂજિતા . ચાક્ષુષી ચન્દ્રમલિની ચન્દ્રહાસમણિપ્રભા .. ૪૯.. છલસ્થા છુદ્રરૂપા ચ છત્રચ્છાયાછલસ્થિતા . છલજ્ઞા છેશ્વરાછાયા છાયા છિન્નશિવા છલા .. ૫૦.. છત્રાચામરશોભાઢ્યા છત્રિણાં છત્રધારિણી . છિન્નાતીતા છિન્નમસ્તા છિન્નકેશા છલોદ્ભવા .. ૫૧.. છલહા છલદા છાયા છન્ના છન્નજનપ્રિયા . છલછિન્ના છદ્મવતી છદ્મસદ્મનિવાસિની .. ૫૨.. છદ્મગન્ધા છદાછન્ના છદ્મવેશી છકારિકા . છગલા રક્તભક્ષા ચ છગલામોદરક્તપા .. ૫૩.. છગલણ્ડેશકન્યા ચ છગલણ્ડકુમારિકા . છુરિકા છુરિકકરા છુરિકારિનિવાશિની .. ૫૪.. છિન્નનાશા છિન્નહસ્તા છોણલોલા છલોદરી . છલોદ્વેગા

છાઙ્ગબીજમાલા છાઙ્ગવરપ્રદા .. ૫૫.. જટિલા જઠરશ્રીદા જરા જજ્ઞપ્રિયા જયા . જન્ત્રસ્થા જીવહા જીવા જયદા જીવયોગદા .. ૫૬.. જયિની જામલસ્થા ચ જામલોદ્ભવનાયિકા . જામલપ્રિયકન્યા ચ જામલેશી જવાપ્રિયા .. ૫૭.. જવાકોટિસમપ્રખ્યા જવાપુષ્પપ્રિયા જના . જલસ્થા જગવિષયા જરાતીતા જલસ્થિતા .. ૫૮.. જીવહા જીવકન્યા ચ જનાર્દનકુમારિકા . જતુકા જલપૂજ્યા ચ જગન્નાથાદિકામિની .. ૫૯.. જીર્ણાઙ્ગી જીર્ણહીના ચ જીમૂતાત્યન્તશોભિતા . જામદા જમદા જૃમ્ભા જૃમ્ભણાસ્ત્રાદિધારિણી .. ૬૦.. જઘન્યા જારજા પ્રીતા જગદાનન્દવર્દ્ધીની . જમલાર્જુનદર્પઘ્ની જમલાર્જુનભઞ્જિની .. ૬૧.. જયિત્રીજગદાનન્દા જામલોલ્લાસસિદ્ધિદા . જપમાલા જાપ્યસિદ્ધિર્જપયજ્ઞપ્રકાશિની .. ૬૨.. જામ્બુવતી જામ્બવતઃ કન્યકાજનવાજપા . જવાહન્ત્રી જગદ્બુદ્ધિર્જ્જગત્કર્તૃ જગદ્ગતિઃ .. ૬૩.. જનની જીવની જાયા જગન્માતા જનેશ્વરી . ઝઙ્કલા ઝઙ્કમધ્યસ્થા ઝણત્કારસ્વરૂપિણી .. ૬૪.. ઝણત્ઝણદ્ભક્તિરૂપા ઝનનાઝન્દરીશ્વરી . ઝટિતાક્ષા ઝરા ઝઝ્ઝા ઝર્ઝરા ઝરકન્યકા .. ૬૫.. ઝણત્કારી ઝના ઝન્ના ઝકારમાલયાવૃતા . ઝઙ્કરી ઝર્ઝરી ઝલ્લી ઝલ્વેશ્વરનિવાસિની .. ૬૬.. ઞકારી ઞકિરાતી ચ ઞકારબીજમાલિની . ઞનયોઽન્તા ઞકારાન્તા ઞકારપરમેશ્વરી .. ૬૭.. ઞાન્તબીજપુટાકારા ઞેકલે ઞૈકગામિની . ઞૈકનેલા ઞસ્વરૂપા ઞહારા ઞહરીતકી .. ૬૮.. ટુણ્ટુની ટઙ્કહસ્તા ચ ટાન્તવર્ગા ટલાવતી . ટપલા ટાપબાલાખ્યા ટઙ્કારધ્વનિરૂપિણી .. ૬૯.. ટલાતી ટાક્ષરાતીતા ટિત્કારાદિકુમારિકા . ટઙ્કાસ્ત્રધારિણી ટાના ટમોટાર્ણલભાષિણી .. ૭૦.. ટઙ્કારી વિઘના ટાકા ટકાટકવિમોહિની . ટઙ્કારઘરનામાહા ટિવીખેચરનાદિની .. ૭૧.. ઠઠઙ્કારી ઠાઠરૂપા ઠકારબીજકારણા . ડમરૂપ્રિયવાદ્યા ચ ડામરસ્થા ડબીજિકા .. ૭૨.. ડાન્તવર્ગા ડમરુકા ડરસ્થા ડોરડામરા . ડગરાર્દ્ધા ડલાતીતા ડદારુકેશ્વરી ડુતા .. ૭૩.. ઢાર્દ્ધનારીશ્વરા ઢામા ઢક્કારી ઢલના ઢલા . ઢકેસ્થા ઢેશ્વરસુતા ઢેમનાભાવઢોનના .. ૭૪.. ણોમાકાન્તેશ્વરી ણાન્તવર્ગસ્થા ણતુનાવતી . ણનો માણાઙ્કકલ્યાણી ણાક્ષવીણાક્ષબીજિકા .. ૭૫.. તુલસીતન્તુસૂક્ષ્માખ્યા તારલ્યા તૈલગન્ધિકા . તપસ્યા તાપસસુતા તારિણી તરુણી તલા .. ૭૬.. તન્ત્રસ્થા તારકબ્રહ્મસ્વરૂપા તન્તુમધ્યગા . તાલભક્ષત્રિધામૂર્ત્તીસ્તારકા તૈલભક્ષિકા .. ૭૭.. તારોગ્રા તાલમાલા ચ તકરા તિન્તિડીપ્રિયા . તપસઃ તાલસન્દર્ભા તર્જયન્તી કુમારિકા .. ૭૮.. તોકાચારા તલોદ્વેગા તક્ષકા તક્ષકપ્રિયા . તક્ષકાલઙ્કૃતા તોષા તાવદ્રૂપા તલપ્રિયા .. ૭૯.. તલાસ્ત્રધારિણી તાપા તપસાં ફલદાયિની . તલ્વલ્વપ્રહરાલીતા તલારિગણનાશિની .. ૮૦.. તૂલા તૌલી તોલકા ચ તલસ્થા તલપાલિકા તરુણા તપ્તબુદ્ધિસ્થાસ્તપ્તા પ્રધારિણી તપા .. ૮૧.. તન્ત્રપ્રકાશકરણી તન્ત્રાર્થદાયિની તથા . તુષારકિરણાઙ્ગી ચ ચતુર્ધા વા સમપ્રભા .. ૮૨.. તૈલમાર્ગાભિસૂતા ચ તન્ત્રસિદ્ધિફલપ્રદા . તામ્રપર્ણા તામ્રકેશા તામ્રપાત્રપ્રિયાતમા .. ૮૩.. તમોગુણપ્રિયા તોલા તક્ષકારિનિવારિણી . તોષયુક્તા તમાયાચી તમષોઢેશ્વરપ્રિયા .. ૮૪.. તુલના તુલ્યરુચિરા તુલ્યબુદ્ધિસ્ત્રિધા મતિઃ . તકભક્ષા તાલસિદ્ધિઃ તત્રસ્થાસ્તત્ર ગામિની .. ૮૫.. તલયા તૈલભા તાલી તન્ત્રગોપનતત્પરા . તન્ત્રમન્ત્રપ્રકાશા ચ ત્રિશરેણુસ્વરૂપિણી .. ૮૬.. ત્રિંશદર્થપ્રિયા તુષ્ટા તુષ્ટિસ્તુષ્ટજનપ્રિયા . થકારકૂટદણ્ડીશા થદણ્ડીશપ્રિયાઽથવા .. ૮૭.. થકારાક્ષરરૂઢાઙ્ગી થાન્તવર્ગાથ કારિકા . થાન્તા થમીશ્વરી થાકા થકારબીજમાલિની .. ૮૮..

દક્ષદામપ્રિયા દોષા દોષજાલવનાશ્રિતા . દશા દશનઘોરા ચ દેવીદાસપ્રિયા દયા .. ૮૯.. દૈત્યહન્ત્રીપરા દૈત્યા દૈત્યાનાં મર્દીની દિશા . દાન્તા દાન્તપ્રિયા દાસા દામના દીર્ઘકેશિકા .. ૯૦.. દશના રક્તવર્ણા ચ દરીગ્રહનિવાસિની દેવમાતા ચ દુર્લભા ચ દીર્ઘાઙ્ગા દાસકન્યકા .. ૯૧.. દશનશ્રી દીર્ઘનેત્રા દીર્ઘનાસા ચ દોષહા . દમયન્તી દલસ્થા ચ દ્વેષ્યહન્ત્રી દશસ્થિતા .. ૯૨.. દૈશેષિકા દિશિગતા દશનાસ્ત્રવિનાશિની દારિદ્યહા દરિદ્રસ્થા દરિદ્રધનદાયિની .. ૯૩.. દન્તુરા દેશભાષા ચ દેશસ્થા દેશનાયિકા . દ્વેષરૂપા દ્વેષહન્ત્રી દ્વેષારિગણમોહિની .. ૯૪.. દામોદરસ્થાનનાદા દલાનાં બલદાયિની . દિગ્દર્શના દર્શનસ્થા દર્શનપ્રિયવાદિની .. ૯૫.. દામોદરપ્રિયા દાન્તા દામોદરકલેવરા . દ્રાવિણી દ્રવિણી દક્ષા દક્ષકન્યા દલદૃઢા .. ૯૬.. દૃઢાસનાદાસશક્તિર્દ્વન્દ્વયુદ્ધપ્રકાશિની . દધિપ્રિયા દધિસ્થા ચ દધિમઙ્ગલકારિણી .. ૯૭.. દર્પહા દર્પદા દૃપ્તા દર્ભપુણ્યપ્રિયા દધિઃ . દર્ભસ્થા દ્રુપદસુતા દ્રૌપદી દ્રુપદપ્રિયા .. ૯૮.. ધર્મચિન્તા ધનાધ્યક્ષા ધશ્વેશ્વરવરપ્રદા . ધનહા ધનદા ધન્વી ધનુર્હસ્તા ધનુઃપ્રિયા .. ૯૯.. ધરણી ધૈર્યરૂપા ચ ધનસ્થા ધનમોહિની . ધોરા ધીરપ્રિયાધારા ધરાધારણતત્પરા .. ૧૦૦.. ધાન્યદા ધાન્યબીજા ચ ધર્માધર્મસ્વરૂપિણી . ધારાધરસ્થા ધન્યા ચ ધર્મપુઞ્જનિવાસિની .. ૧૦૧.. ધનાઢ્યપ્રિયકન્યા ચ ધન્યલોકૈશ્ચ સેવિતા . ધર્માર્થકામમોક્ષાઙ્ગી ધર્માર્થકામમોક્ષદા .. ૧૦૨.. ધરાધરા ધુરોણા ચ ધવલા ધવલામુખી . ધરા ચ ધામરૂપા ચ ધ્રુવા ધ્રૌવ્યા ધ્રુવપ્રિયા .. ૧૦૩.. ધનેશી ધારણાખ્યા ચ ધર્મનિન્દાવિનાશિની . ધર્મતેજોમયી ધર્મ્યા ધૈર્યાગ્રભર્ગમોહિની .. ૧૦૪.. ધારણા ધૌતવસના ધત્તૂરફલભોગિની . નારાયણી નરેન્દ્રસ્થા નારાયણકલેવરા .. ૧૦૫.. નરનારાયણપ્રીતા ધર્મનિન્દા નમોહિતા . નિત્યા નાપિતકન્યા ચ નયનસ્થા નરપ્રિયા .. ૧૦૬.. નામ્ની નામપ્રિયા નારા નારાયણસુતા નરા . નવીનનાયકપ્રીતા નવ્યા નવફલપ્રિયા .. ૧૦૭.. નવીનકુસુમપ્રીતા નવીનાનાં ધ્વજાનુતા . નારી નિમ્બસ્થિતાનન્દાનન્દિની નન્દકારિકા .. ૧૦૮.. નવપુષ્પમહાપ્રીતા નવપુષ્પસુગન્ધિકા . નન્દનસ્થા નન્દકન્યા નન્દમોક્ષપ્રદાયિની .. ૧૦૯.. નમિતા નામભેદા ચ નામ્નાર્ત્તવનમોહિની . નવબુદ્ધિપ્રિયાનેકા નાકસ્થા નામકન્યકા .. ૧૧૦.. નિન્દાહીના નવોલ્લાસા નાકસ્થાનપ્રદાયિની . નિમ્બવૃક્ષસ્થિતા નિમ્બા નાનાવૃક્ષનિવાસિની .. ૧૧૧.. નાશ્યાતીતા નીલવર્ણા નીલવર્ણા સરસ્વતી . નભઃસ્થા નાયકપ્રીતા નાયકપ્રિયકામિની .. ૧૧૨.. નૈવવર્ણા નિરાહારા નિવીહાણાં રજઃપ્રિયા . નિમ્નનાભિપ્રિયાકારા નરેન્દ્રહસ્તપૂજિતા .. ૧૧૩.. નલસ્થિતા નલપ્રીતા નલરાજકુમારિકા . પરેશ્વરી પરાનન્દા પરાપરવિભેદિકા .. ૧૧૪.. પરમા પરચક્રસ્થા પાર્વતી પર્વતપ્રિયા . પારમેશી પર્વનાના પુષ્પમાલ્યપ્રિયા પરા .. ૧૧૫.. પરા પ્રિયા પ્રીતિદાત્રી પ્રીતિઃ પ્રથમકામિની . પ્રથમા પ્રથમા પ્રીતા પુષ્પગન્ધપ્રિયા પરા .. ૧૧૬.. પૌષ્ચી પાનરતા પીના પીનસ્તનસુશોભના . પરમાનરતા પુંસાં પાશહસ્તા પશુપ્રિયા .. ૧૧૭.. પલલાનન્દરસિકા પલાલધૂમરૂપિણી . પલાશપુષ્પસઙ્કાશા પલાશપુષ્પમાલિની .. ૧૧૮.. પ્રેમભૂતા પદ્મમુખી પદ્મરાગસુમાલિની . પદ્મમાલા પાપહરા પતિપ્રેમવિલાસિની .. ૧૧૯.. પઞ્ચાનનમનોહારી પઞ્ચવક્ત્રપ્રકાશિની . ફલમૂલાશના ફાલી ફલદા ફાલ્ગુનપ્રિયા .. ૧૨૦.. ફલનાથપ્રિયા ફલ્લી ફલ્ગુકન્યા

ફલોન્મુખી . ફેત્કારીતન્ત્રમુખ્યા ચ ફેત્કારગણપૂજિતા .. ૧૨૧.. ફેરવી ફેરવસુતા ફલભોગોદ્ભવા ફલા . ફલપ્રિયા ફલાશક્તા ફાલ્ગુનાનન્દદાયિની .. ૧૨૨.. ફાલભોગોત્તરા ફેલા ફુલામ્ભોજનિવાસિની . વસુદેવગૃહસ્થા ચ વાસવી વીરપૂજિતા .. ૧૨૩.. વિષભક્ષા બુધસુતા બ્લુઙ્કારી બ્લૂવરપ્રદા . બ્રાહ્મી બૃહસ્પતિસુતા વાચસ્પતિવરપ્રદા .. ૧૨૪.. વેદાચારા વેદ્યપરા વ્યાસવક્ત્રસ્થિતા વિભા . બોધજ્ઞા વૌષડાખ્યા ચ વંશીવંદનપૂજિતા .. ૧૨૫.. વજ્રકાન્તા વજ્રગતિર્બદરીવંશવિવદ્ધીની . ભારતી ભવરશ્રીદા ભવપત્ની ભવાત્મજા .. ૧૨૬.. ભવાની ભાવિની ભીમા ભિષગ્ભાર્યા તુરિસ્થિતા . ભૂર્ભુવઃસ્વઃસ્વરૂપા ચ ભૃશાર્ત્તા ભેકનાદિની .. ૧૨૭.. ભૌતી ભઙ્ગપ્રિયા ભઙ્ગભઙ્ગહા ભઙ્ગહારિણી . ભર્તા ભગવતી ભાગ્યા ભગીરથનમસ્કૃતા .. ૧૨૮.. ભગમાલા ભૂતનાથેશ્વરી ભાર્ગવપૂજિતા . ભૃગુવંશા ભીતિહરા ભૂમિર્ભુજગહારિણી .. ૧૨૯.. ભાલચન્દ્રાભભલ્વબાલા ભવભૂતિવીભૂતિદા . મકરસ્થા મત્તગતિર્મદમત્તા મદપ્રિયા .. ૧૩૦.. મદિરાષ્ટાદશભુજા મદિરા મત્તગામિની . મદિરાસિદ્ધિદા મધ્યા મદાન્તર્ગતિસિદ્ધિદા .. ૧૩૧.. મીનભક્ષા મીનરૂપા મુદ્રામુદ્રપ્રિયા ગતિઃ . મુષલા મુક્તિદા મૂર્ત્તા મૂકીકરણતત્પરા .. ૧૩૨.. મૃષાર્ત્તા મૃગતૃષ્ણા ચ મેષભક્ષણતત્પરા . મૈથુનાનન્દસિદ્ધિશ્ચ મૈથુનાનલસિદ્ધિદા .. ૧૩૩.. મહાલક્ષ્મીર્ભૈરવી ચ મહેન્દ્રપીઠનાયિકા . મનઃસ્થા માધવીમુખ્યા મહાદેવમનોરમા .. ૧૩૪.. યશોદા યાચના યાસ્યા યમરાજપ્રિયા યમા . યશોરાશિવિભૂષાઙ્ગી યતિપ્રેમકલાવતી .. ૧૩૫.. રમણી રામપત્ની ચ રિપુહા રીતિમધ્યગા . રુદ્રાણી રૂપદા રૂપા રૂપસુન્દરધારિણી .. ૧૩૬.. રેતઃસ્થા રેતસઃ પ્રીતા રેતઃસ્થાનનિવાસિની . રેન્દ્રાદેવસુતારેદા રિપુવર્ગાન્તકપ્રિયા .. ૧૩૭.. રોમાવલીન્દ્રજનની રોમકૂપજગત્પતિઃ . રૌપ્યવર્ણા રૌદ્રવર્ણા રૌપ્યાલઙ્કારભૂષણા .. ૧૩૮.. રઙ્ગિણા રઙ્ગરાગસ્થા રણવહ્નિકુલેશ્વરી . લક્ષ્મીઃ લાઙ્ગલહસ્તા ચ લાઙ્ગલી કુલકામિની .. ૧૩૯.. લિપિરૂપા લીઢપાદા લતાતન્તુસ્વરૂપિણી . લિમ્પતી લેલિહા લોલા લોમશપ્રિયસિદ્ધિદા .. ૧૪૦.. લૌકિકી લૌકિકીસિદ્ધિર્લઙ્કાનાથકુમારિકા . લક્ષ્મણા લક્ષ્મીહીના ચ લપ્રિયા લાર્ણમધ્યગા .. ૧૪૧.. વિવસા વસનાવેશા વિવસ્યકુલકન્યકા . વાતસ્થા વાતરૂપા ચ વેલમધ્યનિવાસિની .. ૧૪૨.. શ્મશાનભૂમિમધ્યસ્થા શ્મશાનસાધનપ્રિયા . શવસ્થા પરસિદ્ધ્યર્થી શવવક્ષસિ શોભિતા .. ૧૪૩.. શરણાગતપાલ્યા ચ શિવકન્યા શિવપ્રિયા . ષટ્ચક્રભેદિની ષોઢા ન્યાસજાલદૃઢાનના .. ૧૪૪.. સન્ધ્યાસરસ્વતી સુન્દા સૂર્યગા શારદા સતી . હરિપ્રિયા હરહાલાલાવણ્યસ્થા ક્ષમા ક્ષુધા .. ૧૪૫.. ક્ષેત્રજ્ઞા સિદ્ધિદાત્રી ચ અમ્બિકા ચાપરાજિતા . આદ્યા ઇન્દ્રપ્રિયા ઈશા ઉમા ઊઢા ઋતુપ્રિયા .. ૧૪૬.. સુતુણ્ડા સ્વરબીજાન્તા હરિવેશાદિસિદ્ધિદા . એકાદશીવ્રતસ્થા ચ ઐન્દ્રી ઓષધિસિદ્ધિદા .. ૧૪૭.. ઔપકારી અંશરૂપા અસ્ત્રબીજપ્રકાશિની . ઇત્યેતત્ કામુકીનાથ કુમારીણાં સુમઙ્ગલમ્ .. ૧૪૮.. ત્રૈલોક્યફલદં નિત્યમષ્ટોત્તરસહસ્રકમ્ . મહાસ્તોત્રં ધર્મસારં ધનધાન્યસુતપ્રદમ્ .. ૧૪૯.. સર્વવિદ્યાફલોલ્લાસં ભક્તિમાન્ યઃ પઠેત્ સુધીઃ . સ સર્વદા દિવારાત્રૌ સ ભવેન્મુક્તિમાર્ગગઃ .. ૧૫૦.. સર્વત્ર જયમાપ્નોતિ વીરાણાં વલ્લભો લભેત્ . સર્વે દેવા વશં યાન્તિ વશીભૂતાશ્ચ માનવાઃ .. ૧૫૧.. બ્રહ્માણ્ડે યે ચ શંસન્તિ તે તુષ્ટા નાત્ર સંશયઃ . યે વશન્તિ ચ ભૂલીકે દેવતુલ્યપરાક્રમાઃ .. ૧૫૨.. તે સર્વે ભૃત્યતુલ્યાશ્ચ સત્યં સત્યં

કુલેશ્વર . અકસ્માત્ સિદ્ધિમાપ્નોતિ હોમેન યજનેન ચ .. ૧૫૩.. જાપ્યેન કવચાદ્યેન મહાસ્તોત્રાર્થપાઠતઃ . વિના યજ્ઞૈવીના દાનૈવીના જાપ્યૈર્લભેત્ ફલમ્ .. ૧૫૪.. યઃ પઠેત્ સ્તોત્રકં નામ ચાષ્ટોત્તરસહસ્રકમ્ . તસ્ય શાન્તિર્ભવેત્ ક્ષિપ્રં કન્યાસ્તોત્રં પઠેત્તતઃ .. ૧૫૫.. વારત્રયં પ્રપાઠેન રાજાનં વશમાનયેત્ . વારૈકપઠિતો મન્ત્રી ધર્માર્થકામમોક્ષભાક્ .. ૧૫૬.. ત્રિદિનં પ્રપઠેદ્વિદ્વાન્ યદિ પુત્રં સમિચ્છતિ . વારત્રયક્રમેણૈવ વારૈકક્રમતોડપિ વા .. ૧૫૭.. પઠિત્વા ધનરત્નાનામધિપઃ સર્વવિત્તગઃ . ત્રિજગન્મોહયેન્મન્ત્રી વત્સરાર્દ્ધં પ્રપાઠતઃ .. ૧૫૮.. વત્સરં વાપ્ય યદિ વા ભક્તિભાવેન યઃ પઠેત્ . ચિરજીવી ખેચરત્વં પ્રાપ્ય યોગી ભવેન્નરઃ .. ૧૫૯.. મહાદ્દૂરસ્થિતં વર્ણં પશ્યતિ સ્થિરમાનસઃ . મહિલામણ્ડલે સ્થિત્વા શક્તિયુક્તઃ પઠેત્ સુધીઃ .. ૧૬૦.. સ ભવેત્સાધકશ્રેષ્ઠઃ ક્ષીરી કલ્પદ્રુમો ભવેત્ . સર્વદા યઃ પઠેન્નાથ ભાવોદ્ધતકલેવરઃ .. ૧૬૧.. દર્શનાત્ સ્તમ્ભનં કર્ત્તું ક્ષમો ભવતિ સાધકઃ . જલાદિસ્તમ્ભને શક્તો વહ્નિસ્તમ્ભાદિસિદ્ધિભાક્ .. ૧૬૨.. વાયુવેગી મહાવાગ્મી વેદજ્ઞો ભવતિ ધ્રુવમ્ . કવિનાથો મહાવિદ્યો વન્ધકઃ પણ્ડિતો ભવેત્ .. ૧૬૩.. સર્વદેશાધિપો ભૂત્વા દેવીપુત્રઃ સ્વયં ભવેત્ . કાન્તિં શ્રિયં યશો વૃદ્ધિં પ્રાપ્નોતિ બલવાન્ યતિઃ .. ૧૬૪.. અષ્ટસિદ્ધિયુતો નાથ યઃ પઠેદર્થસિદ્ધયે . ઉજ્જટેડરણ્યમધ્યે ચ પર્વતે ઘોરકાનને .. ૧૬૫.. વને વા પ્રેતભૂમૌ ચ શવોપરિ મહારણે . ગ્રામે ભઝ્નગૃહે વાપિ શૂન્યાગારે નદીતટે .. ૧૬૬.. ગઙ્ગાગર્ભે મહાપીઠે યોનિપીઠે ગુરોર્ગૃહે . ધાન્યક્ષેત્રે દેવગૃહે કન્યાગારે કુલાલયે .. ૧૬૭.. પ્રાન્તરે ગોષ્ઠમધ્યે વા રાજાદિભયહીનકે . નિર્ભયાદિસ્વદેશેષુ શિવલિઙ્ગાલયેડથવા .. ૧૬૮.. ભૂતગર્ત્તે ચૈકલિઙ્ગે વા શૂન્યદેશે નિરાકુલે . અશ્વત્થમૂલે બિલ્વે વા કુલવૃક્ષસમીપગે .. ૧૬૯.. અન્યેષુ સિદ્ધદેશેષુ કુલરૂપાશ્ચ સાધકઃ . દિવ્યે વા વીરભાવસ્થો યષ્ટ્વા કન્યાં કુલાકુલૈ .. ૧૭૦.. કુલદ્રવ્યૈશ્ચ વિવિધૈઃ સિદ્ધિદ્રવ્યૈશ્ચ સાધકઃ . માંસાસવેન જુહુયાન્મુક્તેન રસેન ચ .. ૧૭૧.. હુતશેષં કુલદ્રવ્યં તાભ્યો દદ્યાત્ સુસિદ્ધયે . તાસામુચ્છિષ્ટમાનીય જુહુયાદ્ રક્તપઙ્કજે .. ૧૭૨.. ઘૃણાલજ્જાવિનિર્મુક્તઃ સાધકઃ સ્થિરમાનસઃ . પિબેન્માંસરસં મન્ત્રી સદાનન્દો મહાબલી .. ૧૭૩.. મહામાંસાષ્ટકં તાભ્યો મદિરાકુમ્ભપૂરિતમ્ . તારો માયા રમાવહ્નિજાયામન્ત્રં પઠેત્ સુધીઃ .. ૧૭૪.. નિવેદ્ય વિધિનાનેન પઠિત્વા સ્તોત્રમઙ્ગલમ્ . સ્વયં પ્રસાદં ભુક્ત્વા હિ સર્વવિદ્યાધિપો ભવેત્ .. ૧૭૫.. શૂકરસ્યોષ્ટ્રમાંસેન પીનમીનેન મુદ્રયા . મહાસવઘટેનાપિ દત્ત્વા પઠતિ યો નરઃ .. ૧૭૬.. ધ્રુવં સ સર્વગામી સ્યાદ્ વિના હોમેન પૂજયા . રુદ્રરૂપો ભવેન્નિત્યં મહાકાલાત્મકો ભવેત્ .. ૧૭૭.. સર્વપુણ્યફલં નાથ ક્ષણાત્ પ્રાપ્નોતિ સાધકઃ . ક્ષીરાબ્ધિરત્નકોષેશો વિયદ્વ્યાપી ચ યોગિરાટ્ .. ૧૭૮.. ભક્ત્યાહ્લાદં દયાસિન્ધું નિષ્કામત્વં લભેદ્ ધ્રુવમ્ . મહાશત્રુપાતને ચ મહાશત્રુભયાદ્દીતે .. ૧૭૯.. વારૈકપાઠમાત્રેણ શત્રૂણાં વધમાનયેત્ . સમર્દયેત્ શત્રૂન્ ક્ષિપ્રમન્ધકારં યથા રવિઃ .. ૧૮૦.. ઉચ્ચાટને મારણે ચ ભયે ઘોરતરે રિપૌ . પઠનાદ્ધારણાન્મર્ત્યો દેવા વા રાક્ષસાદયઃ .. ૧૮૧.. પ્રાપ્નુવન્તિ ઝટિત્ શાન્તિં કુમારીનામપાઠતઃ . પુરુષો દક્ષિણે બાહૌ નારી વામકરે તથા .. ૧૮૨.. ધૃત્વા પુત્રાદિસમ્પત્તિં લભતે નાત્ર સંશયઃ .. ૧૮૩.. મમાજ્ઞયા મોક્ષમુપૈતિ સાધકો ગજાન્તકં નાથ સહસ્રનામ ચ . પઠેન્મનુષ્યો યદિ ભક્તિભાવત- સ્તદા હિ સર્વત્ર ફલોદયં લભેત્ ચ .. ૧૮૪.. મોક્ષં સત્ફલભોગિનાં સ્તવવરં સારં પરાનન્દદં

યે નિત્યં હિ મુદા પઠન્તિ વિફલં સાર્થઞ્ચ ચિન્તાકુલાઃ તે નિત્યાઃ પ્રભવન્તિ કીતીકમલે શ્રીરામતુલ્યો જયે કન્દર્પાયુતતુલ્યરૂપગુણિનઃ ક્રોધે ચ રુદ્રોપમાઃ .. ૧૮૫.. .. ઇતિ શ્રીરુદ્રયામલે ઉત્તરતન્ત્રે મહાતન્ત્રોદ્દીપને કુમાર્યુપચર્યાવિન્યાસે સિદ્ધમન્ત્ર-પ્રકરણે દિવ્યભાવનિર્ણયે અષ્ટોત્તરસહસ્રનામમઙ્ગલોલ્લાસે દશમપટલે શ્રીકુમારીસહસ્રનામસ્તોત્રમ્ સમ્પૂર્ણમ્ ..

શ્રીકુમારીસહસ્રનામસ્તોત્રમ્

આનન્દભૈરવ ઉવાચ વદ કાન્તે સદાનન્દસ્વરૂપાનન્દવલ્લભે . કુમાર્યા દેવતામુખ્યાઃ પરમાનન્દવર્ધનમ્ .. ૧.. અષ્ટોત્તરસહસ્રાખ્યં નામ મઙ્ગલમદ્ભુતમ્ . યદિ મે વર્તતે વિદ્યે યદિ સ્નેહકલામલા .. ૨.. તદા વદસ્વ કૌમારીકૃતકર્મફલપ્રદમ્ . મહાસ્તોત્રં કોટિકોટિ કન્યાદાનફલં ભવેત્ .. ૩.. આનન્દભૈરવી ઉવાચ મહાપુણ્યપ્રદં નાથ શૃણુ સર્વેશ્વરપ્રિય . અષ્ટોત્તરસહસ્રાખ્યં કુમાર્યાઃ પરમાદ્ભુતમ્ .. ૪.. પઠિત્વા ધારયિત્વા વા નરો મુચ્યેત સઙ્કટાત્ . સર્વત્ર દુર્લભં ધન્યં ધન્યલોકનિષેવિતમ્ .. ૫.. અણિમાદ્યષ્ટસિદ્ધ્યઙ્ગં સર્વાનન્દકરં પરમ્ . માયામન્ત્રનિરસ્તાઙ્ગં મન્ત્રસિદ્ધિપ્રદે નૃણામ્ .. ૬.. ન પૂજા ન જપં સ્નાનં પુરશ્ચર્યાવિધિશ્ચ ન . અકસ્માત્ સિદ્ધિમવાપ્નોતિ સહસ્રનામપાઠતઃ .. ૭.. સર્વયજ્ઞફલં નાથ પ્રાપ્નોતિ સાધકઃ ક્ષણાત્ . મન્ત્રાર્થં મન્ત્રચૈતન્યં યોનિમુદ્રાસ્વરૂપકમ્ .. ૮.. કોટિવર્ષશતેનાપિ ફલં વક્તું ન શક્યતે . તથાપિ વક્તુમિચ્છામિ હિતાય જગતાં પ્રભો .. ૯.. અસ્યાઃ શ્રીકુમાર્યાઃ સહસ્રનામકવચસ્ય વટુકભૈરવઋષિઃ . અનુષ્ટુપ્છન્દઃ . કુમારીદેવતા . સર્વમન્ત્રસિદ્ધિસમૃદ્ધયે વિનિયોગઃ .. ૧૦.. ૐ કુમારી કૌશિકી કાલી કુરુકુલ્લા કુલેશ્વરી . કનકાભા કાઞ્ચનાભા કમલા કાલકામિની .. ૧૧.. કપાલિની કાલરૂપા કૌમારી કુલપાલિકા . કાન્તા કુમારકાન્તા ચ કારણા કરિગામિની .. ૧૨.. કન્ધકાન્તા કૌલકાન્તા કૃતકર્મફલપ્રદા . કાર્યાકાર્યપ્રિયા કક્ષા કંસહન્ત્રી કુરુક્ષયા .. ૧૩.. કૃષ્ણકાન્તા કાલરાત્રિઃ કર્ણેષુધારિણીકરા . કામહા કપિલા કાલા કાલિકા કુરુકામિની .. ૧૪.. કુરુક્ષેત્રપ્રિયા કૌલા કુન્તી કામાતુરા કચા . કલઞ્ઞભક્ષા કૈકેયી કાકપુચ્છધ્વજા કલા .. ૧૫.. કમલા કામલક્ષ્મી ચ કમલાનનકામિની . કામધેનુસ્વરૂપા ચ કામહા કામમદીની .. ૧૬.. કામદા કામપૂજ્યા ચ કામાતીતા કલાવતી . ભૈરવી કારણાઢ્યા ચ કૈશોરી કુશલાઙ્ગલા .. ૧૭.. કમ્બુગ્રીવા કૃષ્ણનિભા કામરાજપ્રિયાકૃતિઃ . કઙ્કણાલઙ્કૃતા કઙ્કા કેવલા કાકિની કિરા .. ૧૮.. કિરાતિની કાકભક્ષા કરાલવદના કૃશા . કેશિની કેશિહા કેશા કાસામ્બષ્ઠા કરિપ્રિયા .. ૧૯.. કવિનાથસ્વરૂપા ચ કટુવાણી કટુસ્થિતા . કોટરા કોટરાક્ષી ચ કરનાટકવાસિની .. ૨૦.. કટકસ્થા કાષ્ઠસંસ્થા કન્દર્પા કેતકી પ્રિયા . કેલિપ્રિયા કમ્બલસ્થા કાલદૈત્યવિનાશિની .. ૨૧.. કેતકીપુષ્પશોભાઢ્યા કર્પૂરપૂર્ણજિહ્વિકા . કર્પૂરાકરકાકોલા કૈલાસગિરિવાસિની .. ૨૨.. કુશાસનસ્થા કાદમ્બા કુઞ્જરેશી કુલાનના . ખર્બા ખડ્ગધરા ખડ્ગા ખલહા ખલબુદ્ધિદા .. ૨૩.. ખઞ્જના ખરરૂપા ચ ક્ષારામ્લતિક્તમધ્યગા . ખેલના ખેટકકરા ખરવાક્યા ખરોત્કટા .. ૨૪.. ખદ્યોતચઞ્ચલા ખેલા ખદ્યોતા ખગવાહિની . ખેટકસ્થા ખલાખસ્થા ખેચરી ખેચરપ્રિયા .. ૨૫.. ખચરા ખરપ્રેમા ખલાઢ્યા ખચરાનના . ખેચરેશી ખરોગ્રા ચ ખેચરપ્રિયભાષિણી .. ૨૬.. ખર્જૂરાસવસંમત્તા ખર્જૂરફલભોગિની . ખાતમધ્યસ્થિતા ખાતા ખાતામ્બુપરિપૂરિણી .. ૨૭.. ખ્યાતિઃ

ખ્યાતજલાનન્દા ખુલના ખઞ્જનાગતિઃ . ખલ્વા ખલતરા ખારી ખરોદ્વેગનિકૃન્તની .. ૨૮.. ગગનસ્થા ચ ભીતા ચ ગભીરનાદિની ગયા . ગઙ્ગા ગભીરા ગૌરી ચ ગણનાથ પ્રિયા ગતિઃ .. ૨૯.. ગુરુભક્તા ગ્વાલિહીના ગેહિની ગોપિની ગિરા . ગોગણસ્થા ગાણપત્યા ગિરિજા ગિરિપૂજિતા .. ૩૦.. ગિરિકાન્તા ગણસ્થા ચ ગિરિકન્યા ગણેશ્વરી . ગાધિરાજસુતા ગ્રીવા ગુર્વી ગુર્વ્યમ્બશાઙ્કરી .. ૩૧.. ગન્ધર્વકામિની ગીતા ગાયત્રી ગુણદા ગુણા . ગુગ્ગુલુસ્થા ગુરોઃ પૂજ્યા ગીતાનન્દપ્રકાશિની .. ૩૨.. ગયાસુરપ્રિયાગેહા ગવાક્ષજાલમધ્યગા . ગુરુકન્યા ગુરોઃ પત્ની ગહના ગુરુનાગિની .. ૩૩.. ગુલ્ફવાયુસ્થિતા ગુલ્ફા ગર્દભા ગર્દભપ્રિયા . ગુહ્યા ગુહ્યગણસ્થા ચ ગરિમા ગૌરિકા ગુદા .. ૩૪.. ગુદોર્ધ્વસ્થા ચ ગલિતા ગણિકા ગોલકા ગલા . ગાન્ધર્વી ગાનનગરી ગન્ધર્વગણપૂજિતા .. ૩૫.. ઘોરનાદા ઘોરમુખી ઘોરા ઘર્મનિવારિણી . ઘનદા ઘનવર્ણા ચ ઘનવાહનવાહના .. ૩૬.. ઘર્ઘરધ્વનિચપલા ઘટાઘટપટાઘટા . ઘટિતા ઘટના ઘોના ઘનરુપ ઘનેશ્વરી .. ૩૭.. ઘુણ્યાતીતા ઘર્ઘરા ચ ઘોરાનનવિમોહિની . ઘોરનેત્રા ઘનરુચા ઘોરભૈરવ કન્યકા .. ૩૮.. ઘાતાઘાતકહા ઘાત્યા ઘ્રાણાઘ્રાણેશવાયવી . ઘોરાન્ધકારસંસ્થા ચ ઘસના ઘસ્વરા ઘરા .. ૩૯.. ઘોટકેસ્થા ઘોટકા ચ ઘોટકેશ્વરવાહના . ઘનનીલમણિશ્યામા ઘર્ઘરેશ્વરકામિની .. ૪૦.. ઙકારકૂટસમ્પન્ના ઙકારચક્રગામિની . ઙકારી ઙસંશા ચૈવ ઙીપનીતા ઙકારિણી .. ૪૧.. ચન્દ્રમણ્ડલમધ્યસ્થા ચતુરા ચારુહાસિની . ચારુચન્દ્રમુખી ચૈવ ચલઙ્મગતિપ્રિયા .. ૪૨.. ચઞ્ચલા ચપલા ચણ્ડી ચેકિતાના ચરુસ્થિતા . ચલિતા ચાનના ચાર્વી ચારુભ્રમરનાદિની .. ૪૩.. ચૌરહા ચન્દ્રનિલયા ચૈન્દ્રી ચન્દ્રપુરસ્થિતા . ચક્રકૌલા ચક્રરૂપા ચક્રસ્થા ચક્રસિદ્ધિદા .. ૪૪.. ચક્રિણી ચક્રહસ્તા ચ ચક્રનાથકુલપ્રિયા . ચક્રાભેદ્યા ચક્રકુલા ચક્રમણ્ડલશોભિતા .. ૪૫.. ચક્રેશ્વરપ્રિયા ચેલા ચેલાજિનકુશોત્તરા . ચતુર્વેદસ્થિતા ચણ્ડા ચન્દ્રકોટિસુશીતલા .. ૪૬.. ચતુર્ગુણા ચન્દ્રવર્ણા ચાતુરી ચતુરપ્રિયા . ચક્ષુઃસ્થા ચક્ષુવસતિશ્ચણકા ચણકપ્રિયા .. ૪૭.. ચાર્વઙ્ગી ચન્દ્રનિલયા ચલદમ્બુજલોચના . ચર્વરીશા ચારુમુખી ચારુદન્તા ચરસ્થિતા .. ૪૮.. ચસકસ્થાસવા ચેતા ચેતઃસ્થા ચૈત્રપૂજિતા . ચાક્ષુષી ચન્દ્રમલિની ચન્દ્રહાસમણિપ્રભા .. ૪૯.. છલસ્થા છુદ્રરૂપા ચ છત્રચ્છાયાછલસ્થિતા . છલજ્ઞા છેશ્વરાછાયા છાયા છિન્નશિવા છલા .. ૫૦.. છત્રાચામરશોભાઢ્યા છત્રિણાં છત્રધારિણી . છિન્નાતીતા છિન્નમસ્તા છિન્નકેશા છલોદ્ભવા .. ૫૧.. છલહા છલદા છાયા છન્ના છન્નજનપ્રિયા . છલછિન્ના છદ્મવતી છદ્મસદ્મનિવાસિની .. ૫૨.. છદ્મગન્ધા છદાછન્ના છદ્મવેશી છકારિકા . છગલા રક્તભક્ષા ચ છગલામોદરક્તપા .. ૫૩.. છગલણ્ડેશકન્યા ચ છગલણ્ડકુમારિકા . છુરિકા છુરિકકરા છુરિકારિનિવાશિની .. ૫૪.. છિન્નનાશા છિન્નહસ્તા છોણલોલા છલોદરી . છલોદ્વેગા છાઙ્ગબીજમાલા છાઙ્ગવરપ્રદા .. ૫૫.. જટિલા જઠરશ્રીદા જરા જજ્ઞપ્રિયા જયા . જન્ત્રસ્થા જીવહા જીવા જયદા જીવયોગદા .. ૫૬.. જયિની જામલસ્થા ચ જામલોદ્ભવનાયિકા . જામલપ્રિયકન્યા ચ જામલેશી જવાપ્રિયા .. ૫૭.. જવાકોટિસમપ્રખ્યા જવાપુષ્પપ્રિયા જના . જલસ્થા જગવિષયા જરાતીતા જલસ્થિતા .. ૫૮.. જીવહા જીવકન્યા ચ જનાર્દનકુમારિકા . જતુકા જલપૂજ્યા ચ જગન્નાથાદિકામિની .. ૫૯.. જીર્ણાઙ્ગી જીર્ણહીના ચ જીમૂતાત્ત્યન્તશોભિતા . જામદા જમદા જૃમ્ભા જૃમ્ભણાસ્ત્રાદિધારિણી .. ૬૦.. જધન્યા

જારજા પ્રીતા જગદાનન્દવદ્ધીની . જમલાર્જુનદર્પઘ્ની જમલાર્જુનભઞ્જિની .. ૬૧.. જયિત્રીજગદાનન્દા જામલોલ્લાસસિદ્ધિદા . જપમાલા જાપ્યસિદ્ધિર્જપયજ્ઞપ્રકાશિની .. ૬૨.. જામ્બુવતી જામ્બવતઃ કન્યકાજનવાજપા . જવાહન્ત્રી જગદ્બુદ્ધિર્જગત્કર્તૃ જગદ્ગતિઃ .. ૬૩.. જનની જીવની જાયા જગન્માતા જનેશ્વરી . ઝઙ્કલા ઝઙ્કમધ્યસ્થા ઝણત્કારસ્વરૂપિણી .. ૬૪.. ઝણત્ઝણદ્વહ્નિરૂપા ઝનનાઝન્દરીશ્વરી . ઝટિતાક્ષા ઝરા ઝઞ્ઝા ઝર્ઝરા ઝરકન્યકા .. ૬૫.. ઝણત્કારી ઝના ઝન્ના ઝકારમાલયાવૃતા . ઝઙ્કરી ઝર્ઝરી ઝલ્લી ઝલ્વેશ્વરનિવાસિની .. ૬૬.. ઞકારી ઞકિરાતી ચ ઞકારબીજમાલિની . ઞનયોઽન્તા ઞકારાન્તા ઞકારપરમેશ્વરી .. ૬૭.. ઞાન્તબીજપુટાકારા ઞેકલે ઞૈકગામિની . ઞૈકનેલા ઞસ્વરૂપા ઞહારા ઞહરીતકી .. ૬૮.. ટુણ્ટુની ટઙ્કહસ્તા ચ ટાન્તવર્ગા ટલાવતી . ટપલા ટાપબાલાખ્યા ટઙ્કારધ્વનિરૂપિણી .. ૬૯.. ટલાતી ટાક્ષરાતીતા ટિત્કારાદિકુમારિકા . ટઙ્કાસ્ત્રધારિણી ટાના ટમોટાર્ણલભાષિણી .. ૭૦.. ટઙ્કારી વિધના ટાકા ટકાટકવિમોહિની . ટઙ્કારઘરનામાહા ટિવીખેચરનાદિની .. ૭૧.. ઠઠઙ્કારી ઠાઠરૂપા ઠકારબીજકારણા . ડમરૂપ્રિયવાદ્યા ચ ડામરસ્થા ડબીજિકા .. ૭૨.. ડાન્તવર્ગા ડમરુકા ડરસ્થા ડોરડામરા . ડગરાર્દ્ધા ડલાતીતા ડદારુકેશ્વરી ડુતા .. ૭૩.. ઢાર્દ્ધનારીશ્વરા ઢામા ઢક્કારી ઢલના ઢલા . ઢકેસ્થા ઢેશ્વરસુતા ઢેમનાભાવઢોનના .. ૭૪.. ણોમાકાન્તેશ્વરી ણાન્તવર્ગસ્થા ણતુનાવતી . ણનો માણાઙ્કકલ્યાણી ણાક્ષવીણાક્ષબીજિકા .. ૭૫.. તુલસીતન્તુસૂક્ષ્માખ્યા તારલ્યા તૈલગન્ધિકા . તપસ્યા તાપસસુતા તારિણી તરુણી તલા .. ૭૬.. તન્ત્રસ્થા તારકબ્રહ્મસ્વરૂપા તન્તુમધ્યગા . તાલભક્ષત્રિધામૂર્ત્તીસ્તારકા તૈલભક્ષિકા .. ૭૭.. તારોગ્રા તાલમાલા ચ તકરા તિન્તિડીપ્રિયા . તપસઃ તાલસન્દર્ભા તર્જયન્તી કુમારિકા .. ૭૮.. તોકાચારા તલોદ્વેગા તક્ષકા તક્ષકપ્રિયા . તક્ષકાલઙ્કૃતા તોષા તાવદ્રૂપા તલપ્રિયા .. ૭૯.. તલાસ્ત્રધારિણી તાપા તપસાં ફલદાયિની . તલ્વલ્વપ્રહરાલીતા તલારિગણનાશિની .. ૮૦.. તૂલા તૌલી તોલકા ચ તલસ્થા તલપાલિકા તરુણા તપ્તબુદ્ધિસ્થાસ્તપ્તા પ્રધારિણી તપા .. ૮૧.. તન્ત્રપ્રકાશકરણી તન્ત્રાર્થદાયિની તથા . તુષારકિરણાઙ્ગી ચ ચતુર્ધા વા સમપ્રભા .. ૮૨.. તૈલમાર્ગાભિસૂતા ચ તન્ત્રસિદ્ધિફલપ્રદા . તામ્રપર્ણા તામ્રકેશા તામ્રપાત્રપ્રિયાતમા .. ૮૩.. તમોગુણપ્રિયા તોલા તક્ષકારિનિવારિણી . તોષયુક્તા તમાયાચી તમષોઢેશ્વરપ્રિયા .. ૮૪.. તુલના તુલ્યરુચિરા તુલ્યબુદ્ધિસ્ત્રિધા મતિઃ . તક્રભક્ષા તાલસિદ્ધિઃ તત્રસ્થાસ્તત્ર ગામિની .. ૮૫.. તલયા તૈલભા તાલી તન્ત્રગોપનતત્પરા . તન્ત્રમન્ત્રપ્રકાશા ચ ત્રિશરેણુસ્વરૂપિણી .. ૮૬.. ત્રિંશદર્થપ્રિયા તુષ્ટા તુષ્ટિસ્તુષ્ટજનપ્રિયા . થકારકૂટદણ્ડીશા થદણ્ડીશપ્રિયાઽથવા .. ૮૭.. થકારાક્ષરરૂઢાઙ્ગી થાન્તવર્ગાથ કારિકા . થાન્તા થમીશ્વરી થાકા થકારબીજમાલિની .. ૮૮.. દક્ષદામપ્રિયા દોષા દોષજાલવનાશ્રિતા . દશા દશનઘોરા ચ દેવીદાસપ્રિયા દયા .. ૮૯.. દૈત્યહન્ત્રીપરા દૈત્યા દૈત્યાનાં મર્દીની દિશા . દાન્તા દાન્તપ્રિયા દાસા દામના દીર્ઘકેશિકા .. ૯૦.. દશના રક્તવર્ણા ચ દરીગ્રહનિવાસિની દેવમાતા ચ દુર્લભા ચ દીર્ઘાઙ્ગા દાસકન્યકા .. ૯૧.. દશનશ્રી દીર્ઘનેત્રા દીર્ઘનાસા ચ દોષહા . દમયન્તી દલસ્થા ચ દ્વેષ્યહન્ત્રી દશસ્થિતા .. ૯૨.. દૈશેષિકા દિશિગતા દશનાસ્ત્રવિનાશિની દારિદ્યહા દરિદ્રસ્થા દરિદ્રધનદાયિની .. ૯૩.. દન્તુરા દેશભાષા ચ દેશસ્થા દેશનાયિકા . દ્વેષરૂપા દ્વેષહન્ત્રી દ્વેષારિગણમોહિની ..

૯૪.. દામોદરસ્થાનનાદા દલાનાં બલદાયિની . દિગ્દર્શના દર્શનસ્થા દર્શનપ્રિયવાદિની .. ૯૫.. દામોદરપ્રિયા દાન્તા દામોદરકલેવરા . દ્રાવિણી દ્રવિણી દક્ષા દક્ષકન્યા દલદૃઢા .. ૯૬.. દૃઢાસનાદાસશક્તિર્દ્વન્દ્વયુદ્ધપ્રકાશિની . દધિપ્રિયા દધિસ્થા ચ દધિમઙ્ગલકારિણી .. ૯૭.. દર્પહા દર્પદા દૃપ્તા દર્ભપુણ્યપ્રિયા દધિઃ . દર્ભસ્થા દ્રુપદસુતા દ્રૌપદી દ્રુપદપ્રિયા .. ૯૮.. ધર્મચિન્તા ધનાધ્યક્ષા ધશ્વેશ્વરવરપ્રદા . ધનહા ધનદા ધન્વી ધનુર્હસ્તા ધનુઃપ્રિયા .. ૯૯.. ધરણી ધૈર્યરૂપા ચ ધનસ્થા ધનમોહિની . ધોરા ધીરપ્રિયાધારા ધરાધારણતત્પરા .. ૧૦૦.. ધાન્યદા ધાન્યબીજા ચ ધર્માધર્મસ્વરૂપિણી . ધારાધરસ્થા ધન્યા ચ ધર્મપુઞ્જનિવાસિની .. ૧૦૧.. ધનાઢ્યપ્રિયકન્યા ચ ધન્યલોકૈશ્ચ સેવિતા . ધર્માર્થકામમોક્ષાઙ્ગી ધર્માર્થકામમોક્ષદા .. ૧૦૨.. ધરાધરા ધુરોણા ચ ધવલા ધવલામુખી . ધરા ચ ધામરૂપા ચ ધ્રુવા ધ્રૌવ્યા ધ્રુવપ્રિયા .. ૧૦૩.. ધનેશી ધારણાખ્યા ચ ધર્મનિન્દાવિનાશિની . ધર્મતેજોમયી ધર્મ્યા ધૈર્યાગ્રભર્ગમોહિની .. ૧૦૪.. ધારણા ધૌતવસના ધત્તૂરફલભોગિની . નારાયણી નરેન્દ્રસ્થા નારાયણકલેવરા .. ૧૦૫.. નરનારાયણપ્રીતા ધર્મનિન્દા નમોહિતા . નિત્યા નાપિતકન્યા ચ નયનસ્થા નરપ્રિયા .. ૧૦૬.. નામ્ની નામપ્રિયા નારા નારાયણસુતા નરા . નવીનનાયકપ્રીતા નવ્યા નવફલપ્રિયા .. ૧૦૭.. નવીનકુસુમપ્રીતા નવીનાનાં ધ્વજાનુતા . નારી નિમ્બસ્થિતાનન્દાનન્દિની નન્દકારિકા .. ૧૦૮.. નવપુષ્પમહાપ્રીતા નવપુષ્પસુગન્ધિકા . નન્દનસ્થા નન્દકન્યા નન્દમોક્ષપ્રદાયિની .. ૧૦૯.. નમિતા નામભેદા ચ નામ્નાર્ત્તવનમોહિની . નવબુદ્ધિપ્રિયાનેકા નાકસ્થા નામકન્યકા .. ૧૧૦.. નિન્દાહીના નવોલ્લાસા નાકસ્થાનપ્રદાયિની . નિમ્બવૃક્ષસ્થિતા નિમ્બા નાનાવૃક્ષનિવાસિની .. ૧૧૧.. નાશ્યાતીતા નીલવર્ણા નીલવર્ણા સરસ્વતી . નભઃસ્થા નાયકપ્રીતા નાયકપ્રિયકામિની .. ૧૧૨.. નૈવવર્ણા નિરાહારા નિવીહાણાં રજઃપ્રિયા . નિમ્નનાભિપ્રિયાકારા નરેન્દ્રહસ્તપૂજિતા .. ૧૧૩.. નલસ્થિતા નલપ્રીતા નલરાજકુમારિકા . પરેશ્વરી પરાનન્દા પરાપરવિભેદિકા .. ૧૧૪.. પરમા પરચક્રસ્થા પાર્વતી પર્વતપ્રિયા . પારમેશી પર્વનાના પુષ્પમાલ્યપ્રિયા પરા .. ૧૧૫.. પરા પ્રિયા પ્રીતિદાત્રી પ્રીતિઃ પ્રથમકામિની . પ્રથમા પ્રથમા પ્રીતા પુષ્પગન્ધપ્રિયા પરા .. ૧૧૬.. પૌષ્ણી પાનરતા પીના પીનસ્તનસુશોભના . પરમાનરતા પુંસાં પાશહસ્તા પશુપ્રિયા .. ૧૧૭.. પલલાનન્દરસિકા પલાલધૂમરૂપિણી . પલાશપુષ્પસઙ્કાશા પલાશપુષ્પમાલિની .. ૧૧૮.. પ્રેમભૂતા પદ્મમુખી પદ્મરાગસુમાલિની . પદ્મમાલા પાપહરા પતિપ્રેમવિલાસિની .. ૧૧૯.. પઞ્ચાનનમનોહારી પઞ્ચવક્ત્રપ્રકાશિની . ફલમૂલાશના ફાલી ફલદા ફાલ્ગુનપ્રિયા .. ૧૨૦.. ફલનાથપ્રિયા ફલ્લી ફલ્ગુકન્યા ફલોન્મુખી . ફેત્કારીતન્ત્રમુખ્યા ચ ફેત્કારગણપૂજિતા .. ૧૨૧.. ફેરવી ફેરવસુતા ફલભોગોદ્ભવા ફલા . ફલપ્રિયા ફલાશક્તા ફાલ્ગુનાનન્દદાયિની .. ૧૨૨.. ફાલભોગોત્તરા ફેલા ફુલામ્ભોજનિવાસિની . વસુદેવગૃહસ્થા ચ વાસવી વીરપૂજિતા .. ૧૨૩.. વિષભક્ષા બુધસુતા બ્લુઙ્કારી બ્લૂવરપ્રદા . બ્રાહ્મી બૃહસ્પતિસુતા વાચસ્પતિવરપ્રદા .. ૧૨૪.. વેદાચારા વેદ્યપરા વ્યાસવક્ત્રસ્થિતા વિભા . બોધજ્ઞા વૌષડાખ્યા ચ વંશીવંદનપૂજિતા .. ૧૨૫.. વજ્રકાન્તા વજ્રગતિર્બદરીવંશવિવર્દ્ધિની . ભારતી ભવરશ્રીદા ભવપત્ની ભવાત્મજા

.. ૧૨૬.. ભવાની ભાવિની ભીમા ભિષગ્ભાર્યા તુરિસ્થિતા . ભૂર્ભુવઃસ્વઃસ્વરૂપા ચ ભૃશાર્ત્તા ભેકનાદિની .. ૧૨૭.. ભૌતી ભઙ્ગપ્રિયા ભઙ્ગભઙ્ગહા ભઙ્ગહારિણી . ભર્તા ભગવતી ભાગ્યા ભગીરથનમસ્કૃતા .. ૧૨૮.. ભગમાલા ભૂતનાથેશ્વરી ભાર્ગવપૂજિતા . ભૃગુવંશા ભીતિહરા ભૂમિર્ભુજગહારિણી .. ૧૨૯.. ભાલચન્દ્રાભભલ્વબાલા ભવભૂતિવીભૂતિદા . મકરસ્થા મત્તગતિર્મદમત્તા મદપ્રિયા .. ૧૩૦.. મદિરાષ્ટાદશભુજા મદિરા મત્તગામિની . મદિરાસિદ્ધિદા મધ્યા મદાન્તર્ગતિસિદ્ધિદા .. ૧૩૧.. મીનભક્ષા મીનરૂપા મુદ્રામુદ્રપ્રિયા ગતિઃ . મુષલા મુક્તિદા મૂર્ત્તા મૂકીકરણતત્પરા .. ૧૩૨.. મૃષાર્ત્તા મૃગતૃષ્ણા ચ મેષભક્ષણતત્પરા . મૈથુનાનન્દસિદ્ધિશ્ચ મૈથુનાનલસિદ્ધિદા .. ૧૩૩.. મહાલક્ષ્મીર્ભૈરવી ચ મહેન્દ્રપીઠનાયિકા . મનઃસ્થા માધવીમુખ્યા મહાદેવમનોરમા .. ૧૩૪.. યશોદા યાચના યાસ્યા યમરાજપ્રિયા યમા . યશોરાશિવિભૂષાઙ્ગી યતિપ્રેમકલાવતી .. ૧૩૫.. રમણી રામપત્ની ચ રિપુહા રીતિમધ્યગા . રુદ્રાણી રૂપદા રૂપા રૂપસુન્દરધારિણી .. ૧૩૬.. રેતઃસ્થા રેતસઃ પ્રીતા રેતઃસ્થાનનિવાસિની . રેન્દ્રાદેવસુતારેદા રિપુવર્ગાન્તકપ્રિયા .. ૧૩૭.. રોમાવલીન્દ્રજનની રોમકૂપજગત્પતિઃ . રૌપ્યવર્ણા રૌદ્રવર્ણા રૌપ્યાલઙ્કારભૂષણા .. ૧૩૮.. રઙ્ગિણા રઙ્ગરાગસ્થા રણવહ્નિકુલેશ્વરી . લક્ષ્મીઃ લાઙ્ગલહસ્તા ચ લાઙ્ગલી કુલકામિની .. ૧૩૯.. લિપિરૂપા લીઢપાદા લતાતન્તુસ્વરૂપિણી . લિમ્પતી લેલિહા લોલા લોમશપ્રિયસિદ્ધિદા .. ૧૪૦.. લૌકિકી લૌકિકીસિદ્ધિર્લઙ્કાનાથકુમારિકા . લક્ષ્મણા લક્ષ્મીહીના ચ લપ્રિયા લાર્ણમધ્યગા .. ૧૪૧.. વિવસા વસનાવેશા વિવસ્યકુલકન્યકા . વાતસ્થા વાતરૂપા ચ વેલમધ્યનિવાસિની .. ૧૪૨.. શ્મશાનભૂમિમધ્યસ્થા શ્મશાનસાધનપ્રિયા . શવસ્થા પરસિદ્ધ્યર્થી શવવક્ષસિ શોભિતા .. ૧૪૩.. શરણાગતપાલ્યા ચ શિવકન્યા શિવપ્રિયા . ષટ્ચક્રભેદિની ષોઢા ન્યાસજાલદૃઢાનના .. ૧૪૪.. સન્ધ્યાસરસ્વતી સુન્ધા સૂર્યગા શારદા સતી . હરિપ્રિયા હરહાલાલાવણ્યસ્થા ક્ષમા ક્ષુધા .. ૧૪૫.. ક્ષેત્રજ્ઞા સિદ્ધિદાત્રી ચ અમ્બિકા ચાપરાજિતા . આદ્યા ઇન્દ્રપ્રિયા ઈશા ઉમા ઊઢા ઋતુપ્રિયા .. ૧૪૬.. સુતુણ્ડા સ્વરબીજાન્તા હરિવેશાદિસિદ્ધિદા . એકાદશીવ્રતસ્થા ચ ઐન્દ્રી ઓષધિસિદ્ધિદા .. ૧૪૭.. ઔપકારી અંશરૂપા અસ્ત્રબીજપ્રકાશિની . ઇત્યેતત્ કામુકીનાથ કુમારીણાં સુમઙ્ગલમ્ .. ૧૪૮.. ત્રૈલોક્યફલદં નિત્યમષ્ટોત્તરસહસ્રકમ્ . મહાસ્તોત્રં ધર્મસારં ધનધાન્યસુતપ્રદમ્ .. ૧૪૯.. સર્વવિદ્યાફલોલ્લાસં ભક્તિમાન્ યઃ પઠેત્ સુધીઃ . સ સર્વદા દિવારાત્રૌ સ ભવેન્મુક્તિમાર્ગગઃ .. ૧૫૦.. સર્વત્ર જયમાપ્નોતિ વીરાણાં વલ્લભો લભેત્ . સર્વે દેવા વશં યાન્તિ વશીભૂતાશ્ચ માનવાઃ .. ૧૫૧.. બ્રહ્માણ્ડે યે ચ શંસન્તિ તે તુષ્ટા નાત્ર સંશયઃ . યે વશન્તિ ચ ભૂલીકે દેવતુલ્યપરાક્રમાઃ .. ૧૫૨.. તે સર્વે ભૃત્યતુલ્યાશ્ચ સત્યં સત્યં કુલેશ્વર . અકસ્માત્ સિદ્ધિમાપ્નોતિ હોમેન યજનેન ચ .. ૧૫૩.. જાપ્યેન કવચાદ્યેન મહાસ્તોત્રાર્થપાઠતઃ . વિના યજ્ઞૈવીના દાનૈવીના જાપ્યૈર્લભેત્ ફલમ્ .. ૧૫૪.. યઃ પઠેત્ સ્તોત્રકં નામ ચાષ્ટોત્તરસહસ્રકમ્ . તસ્ય શાન્તિર્ભવેત્ ક્ષિપ્રં કન્યાસ્તોત્રં પઠેત્તતઃ .. ૧૫૫.. વારત્રયં પ્રપાઠેન રાજાનં વશમાનયેત્ . વારૈકપઠિતો મન્ત્રી ધર્માર્થકામમોક્ષભાક્ .. ૧૫૬.. ત્રિદિનં પ્રપઠેદ્વિદ્વાન્ યદિ પુત્રં સમિચ્છતિ . વારત્રયક્રમેણૈવ વારૈકક્રમતોઽપિ વા .. ૧૫૭.. પઠિત્વા ધનરત્નાનામધિપઃ સર્વવિત્તગઃ . ત્રિજગન્મોહયેન્મન્ત્રી વત્સરાર્દ્ધં પ્રપાઠતઃ ..

૧૫૮.. વત્સરં વાપ્ય યદિ વા ભક્તિભાવેન યઃ પઠેત્ . ચિરજીવી ખેચરત્વં પ્રાપ્ય યોગી ભવેન્નરઃ .. ૧૫૯.. મહાદ્રુરસ્થિતં વર્ણં પશ્યતિ સ્થિરમાનસઃ . મહિલામણ્ડલે સ્થિત્વા શક્તિયુક્તઃ પઠેત્ સુધીઃ .. ૧૬૦.. સ ભવેત્સાધકશ્રેષ્ઠઃ ક્ષીરી કલ્પદ્રુમો ભવેત્ . સર્વદા યઃ પઠેન્નાથ ભાવોદ્ગતકલેવરઃ .. ૧૬૧.. દર્શનાત્ સ્તમ્ભનં કર્તું ક્ષમો ભવતિ સાધકઃ . જલાદિસ્તમ્ભને શક્તો વહ્નિસ્તમ્ભાદિસિદ્ધિભાક્ .. ૧૬૨.. વાયુવેગી મહાવાગ્મી વેદજ્ઞો ભવતિ ધ્રુવમ્ . કવિનાથો મહાવિદ્યો વન્ધકઃ પણ્ડિતો ભવેત્ .. ૧૬૩.. સર્વદેશાધિપો ભૂત્વા દેવીપુત્રઃ સ્વયં ભવેત્ . કાન્તિં શ્રિયં યશો વૃદ્ધિં પ્રાપ્નોતિ બલવાન્ યતિઃ .. ૧૬૪.. અષ્ટસિદ્ધિયુતો નાથ યઃ પઠેદર્થસિદ્ધયે . ઉજ્જટેઽરણ્યમધ્યે ચ પર્વતે ઘોરકાનને .. ૧૬૫.. વને વા પ્રેતભૂમૌ ચ શવોપરિ મહારણે . ગ્રામે ભગ્નગૃહે વાપિ શૂન્યાગારે નદીતટે .. ૧૬૬.. ગઙ્ગાગર્ભે મહાપીઠે યોનિપીઠે ગુરોર્ગૃહે . ધાન્યક્ષેત્રે દેવગૃહે કન્યાગારે કુલાલયે .. ૧૬૭.. પ્રાન્તરે ગોષ્ઠમધ્યે વા રાજાદિભયહીનકે . નિર્ભયાદિસ્વદેશેષુ શિવલિઙ્ગાલયેઽથવા .. ૧૬૮.. ભૂતગર્ત્તે ચૈકલિઙ્ગે વા શૂન્યદેશે નિરાકુલે . અશ્વત્થમૂલે બિલ્વે વા કુલવૃક્ષસમીપગે .. ૧૬૯.. અન્યેષુ સિદ્ધદેશેષુ કુલરૂપાશ્ચ સાધકઃ . દિવ્યે વા વીરભાવસ્થો યષ્ટ્વા કન્યાં કુલાકુલૈ .. ૧૭૦.. કુલદ્રવ્યૈશ્ચ વિવિધૈઃ સિદ્ધિદ્રવ્યૈશ્ચ સાધકઃ . માંસાસવેન જુહુયાન્મુક્તેન રસેન ચ .. ૧૭૧.. હુતશેષં કુલદ્રવ્યં તાભ્યો દદ્યાત્ સુસિદ્ધયે . તાસામુચ્છિષ્ટમાનીય જુહુયાદ્ રક્તપઙ્કજે .. ૧૭૨.. ઘૃણાલજ્જાવિનિર્મુક્તઃ સાધકઃ સ્થિરમાનસઃ . પિબેન્માંસરસં મન્ત્રી સદાનન્દો મહાબલી .. ૧૭૩.. મહામાંસાષ્ટકં તાભ્યો મદિરાકુમ્ભપૂરિતમ્ . તારો માયા રમાવહ્નિજાયામન્ત્રં પઠેત્ સુધીઃ .. ૧૭૪.. નિવેદ્ય વિધિનાનેન પઠિત્વા સ્તોત્રમઙ્ગલમ્ . સ્વયં પ્રસાદં ભુક્ત્વા હિ સર્વવિદ્યાધિપો ભવેત્ .. ૧૭૫.. શૂકરસ્યોષ્ટ્રમાંસેન પીનમીનેન મુદ્રયા . મહાસવઘટેનાપિ દત્ત્વા પઠતિ યો નરઃ .. ૧૭૬.. ધ્રુવં સ સર્વગામી સ્યાદ્ વિના હોમેન પૂજયા . રુદ્રરૂપો ભવેન્નિત્યં મહાકાલાત્મકો ભવેત્ .. ૧૭૭.. સર્વપુણ્યફલં નાથ ક્ષણાત્ પ્રાપ્નોતિ સાધકઃ . ક્ષીરાબ્ધિરત્નકોષેશો વિયદ્વ્યાપી ચ યોગિરાટ્ .. ૧૭૮.. ભક્ત્યાહ્લાદં દયાસિન્ધું નિષ્કામત્વં લભેદ્ ધ્રુવમ્ . મહાશત્રુપાતને ચ મહાશત્રુભયાદ્દીતે .. ૧૭૯.. વારૈકપાઠમાત્રેણ શત્રૂણાં વધમાનયેત્ . સમર્દયેત્ શત્રૂન્ ક્ષિપ્રમન્ધકારં યથા રવિઃ .. ૧૮૦.. ઉચ્ચાટને મારણે ચ ભયે ઘોરતરે રિપૌ . પઠનાદ્ધારણાન્મર્ત્યો દેવા વા રાક્ષસાદયઃ .. ૧૮૧.. પ્રાપ્નુવન્તિ ઝટિત્ શાન્તિં કુમારીનામપાઠતઃ . પુરુષો દક્ષિણે બાહૌ નારી વામકરે તથા .. ૧૮૨.. ધૃત્વા પુત્રાદિસમ્પત્તિં લભતે નાત્ર સંશયઃ .. ૧૮૩.. મમાજ્ઞયા મોક્ષમુપૈતિ સાધકો ગજાન્તકં નાથ સહસ્રનામ ચ . પઠેન્મનુષ્યો યદિ ભક્તિભાવત- સ્તદા હિ સર્વત્ર ફલોદયં લભેત્ ચ .. ૧૮૪.. મોક્ષં સત્ફલભોગિનાં સ્તવવરં સારં પરાનન્દદં યે નિત્યં હિ મુદા પઠન્તિ વિફલં સાર્થઞ્ચ ચિન્તાકુલાઃ તે નિત્યાઃ પ્રભવન્તિ કીતીકમલે શ્રીરામતુલ્યો જયે કન્દર્પાયુતતુલ્યરૂપગુણિનઃ ક્રોધે ચ રુદ્રોપમાઃ .. ૧૮૫.. .. ઇતિ શ્રીરુદ્રયામલે ઉત્તરતન્ત્રે મહાતન્ત્રોદ્દીપને કુમાર્યુપચર્યાવિન્યાસે સિદ્ધમન્ત્ર-પ્રકરણે દિવ્યભાવનિર્ણયે અષ્ટોત્તરસહસ્રનામમઙ્ગલોલ્લાસે દશમપટલે શ્રીકુમારીસહસ્રનામસ્તોત્રમ્ સમ્પૂર્ણમ્ ..

www.ingramcontent.com/pod-product-compliance
Ingram Content Group UK Ltd.
Pitfield, Milton Keynes, MK11 3LW, UK
UKHW021925190726
13853UKWH00002B/852